கிகோர்

ஹோவன்னஸ் டூமேனியன்

சோவியத் இலக்கியத்தின் உணர்வுபூர்வமான காவியம்

தமிழில்: எம். ரிஷான் ஷெரீப்

கிகோர்	:	நாவல்
ஆங்கிலத்திலிருந்து தமிழில்	:	ரிஷான் ஷெரீப்
	:	© ஆசிரியருக்கு
முதற்பதிப்பு	:	பிப்ரவரி 2021
அட்டை வடிவமைப்பு	:	பி.எஸ்.வம்சி
வெளியீடு	:	வம்சி புக்ஸ்
		19, டி.எம்.சாரோன்,
		திருவண்ணாமலை - 606 601
		9445870995, 04175 - 235806
அச்சாக்கம்	:	மணி ஆப்செட், சென்னை - 600 077
விலை	:	₹ 60/-
ISBN	:	978-93-84598-97-6

Gikor	:	Novel
From English to Tamil	:	Rishan Shareef
	:	© Author
First Edition	:	Februray - 2020
Wrapper Design	:	B.S.Vamsi
Published by	:	Vamsi books
		19.D.M.Saron,
		Tiruvannamalai - 606 601
		9445870995, 04175 - 235806
Printed by	:	Mani Offset, Chennai - 600 077
	:	₹ 60 /-
ISBN	:	978-93-84598-97-6

www.vamsibooks.com - e-mail: kvshylajatvm@gmail.com

உம்மாவுக்கு...

எம். ரிஷான் ஷெரீப்

எம். ரிஷான் ஷெரீப் இலங்கையைச் சேர்ந்த தமிழ் எழுத்தாளரும், கவிஞரும், ஊடகவியலாளரும், மொழிபெயர்ப்பாளரும் ஆவார். கவிதை, சிறுகதை, கட்டுரை, புகைப்படம் ஆகிய துறைகளில் பங்களிப்பு செய்து வரும் இவர் சிங்களம், ஆங்கிலம் ஆகிய மொழிகளிலிருந்து தமிழுக்கு மொழிபெயர்ப்புகளையும் மேற்கொண்டு வருகிறார்.

இதுவரையில் இவரது ஒரு சிறுகதைத் தொகுப்பு, ஒரு கட்டுரைத் தொகுப்பு, ஒரு திறனாய்வுக் கட்டுரைத் தொகுப்பு, இரண்டு ஆய்வு நூல்கள், இரண்டு கவிதைத் தொகுப்புகள், ஒரு மொழிபெயர்ப்பு கட்டுரைத் தொகுப்பு, ஐந்து மொழிபெயர்ப்பு சிறுகதைத் தொகுப்புகள், நான்கு மொழிபெயர்ப்புக் கவிதைத் தொகுப்புகள், நான்கு மொழிபெயர்ப்பு நாவல்கள் ஆகியவை வெளிவந்துள்ளன.

இந் நூல்களுக்காக இவர் இதுவரையில் இலங்கை அரச சாகித்திய விருது, இந்தியா வம்சி விருது, கனடா இயல் விருது, இந்தியா வாசகசாலை விருது போன்ற முக்கியமான விருதுகளை வென்றுள்ளார். இவரது படைப்புகள் சிங்களம், ஆங்கிலம் ஆகிய மொழிகளில் மொழிபெயர்க்கப்பட்டு வெளியாகியுள்ளன.

மொழிபெயர்ப்பாளரின் நூல்கள்

கவிதைத் தொகுப்புகள்

- வீழ்தலின் நிழல்
- மிக ரகசியச் சொற்கள்

சிறுகதைத் தொகுப்பு
- அடைக்கலப் பாம்புகள்

கட்டுரைத் தொகுப்புகள்
- கறுப்பு ஜூன் 2014
- இயற்கை
- ஆழங்களினூடு

மொழிபெயர்ப்புக் கவிதைத் தொகுப்புகள்
- தலைப்பற்ற தாய்நிலம்
- இறுதி மணித்தியாலம்
- அவர்கள் நம் அயல் மனிதர்கள்
- அல்பேனியக் கவிதைகள்

மொழிபெயர்ப்பு சிறுகதைத் தொகுப்புகள்
- எனது தேசத்தை மீளப் பெறுகிறேன்
- அயல் பெண்களின் கதைகள்
- சுருக்கப்பட்ட நெடுங்கதைகள்
- அந்திமக் காலத்தின் இறுதி நேசம்
- திருமதி. பெரேரா

மொழிபெயர்ப்புக் கட்டுரைத் தொகுப்பு
- பிரபாகரனின் தாயாரது இறுதி யாத்திரை

மொழிபெயர்ப்பு நாவல்கள்
- அம்மாவின் ரகசியம்
- தரணி
- நிலவியலின் துயரம்
- கிகோர்

தொடர்புக்கு: mrishansh@gmail.com - mailto:mrishansha@gmail.com

'கிகோர்'

ஆர்மேனிய இலக்கியத்தின் அமிர்தம்

உண்மையில் 'கிகோர்' ஆர்மேனியாவின் துயரம் ஆகும். ஆர்மேனியர் ஒருவரால் எழுதப்பட்ட துயரமான கவிதைக் காவியமாகும். இதை வாசிக்கும் உங்கள் மனதில் உதிக்கக் கூடிய கவலை, ஆர்மேனியாவிலும், உலகம் முழுவதிலும் இதை வாசித்த பல்லாயிரக்கணக்கான குழந்தைகளினதும், பெரியவர்களினதும் மனதில் உதித்த கவலை ஆகும். இதன் மூலமாக இன்றைக்கு நூற்றாண்டுகளுக்கு முன்னர் ஆர்மேனியர்கள் அனுபவித்த பல தரப்பட்ட இன்னல்களுடனான ஜீவிதத்தை தற்போதைய தலைமுறையும் மீண்டும் மீண்டும் உணர்ந்து கொண்டிருக்கிறார்கள்.

ஆர்மேனியாவில் எவரிடமும் அவர்களது நாட்டின் பிரபல இலக்கியவாதி யார் என்று கேட்டுப் பார்த்தால் நிச்சயமாக ஹோவன்னஸ் டூமேனியன் என்பதே பதிலாக இருக்கும். ஆர்மேனியாவின் தேசியக் கவிஞரான ஹோவன்னஸ் டூமேனியனின் உருவச் சிலைகள் ஆர்மேனியாவின் அனைத்து நகரங்களிலும் வைக்கப்பட்டிருப்பதோடு அவரது படைப்புகளும் அனைத்து ஆர்மேனியர்களினதும் இதயங்களில் இப்போதும் ஜீவித்திருக்கின்றன.

1869 ஆம் ஆண்டு பெப்ரவரி மாதம் 19 ஆம் திகதி பண்டைய சோவியத் ரஷ்யாவில் பிறந்த ஹோவன்னஸ் டூமேனியன் எனப்படும் மிகப் பெறுமதியான இந்த எழுத்தாளர் ஆர்மேனியாவில் அவரது அருமையான கதைகளாலும், காவியங்களாலும் பிரபலமானவர். அவரது காவியங்களை, கதைகளை அறிந்திராத ஆர்மேனியக் குழந்தைகள் ஒன்று கூட இருக்காது. சிறு குழந்தைகள் கூட அவரது அருமையான, சுவாரஸ்யமான சிறுவர் கதைகளை ரசித்தவாறுதான்,

இலக்கியம் மூலமாக வாழ்க்கையை அனுபவிக்க ஆரம்பிக்கிறார்கள். அவரது சிறுவர் கதைகளைக் கூட சிறுவர்கள், பெரியவர்கள் என்ற பாரபட்சமின்றி அனைவரும் இப்போதும் விரும்புகிறார்கள். அவரது கதைகளை எந்த வயதினராலும் ரசிக்க முடியும் எனும் அளவுக்கு அவை மிகவும் சுவாரஸ்யமானவை.

ஹோவன்னஸ் டூமேனியன் ஒரு கவிஞர், எழுத்தாளர். இவற்றோடு இவர் ஒரு சமூக நலப் போராளியாகவும் அறியப்படுகிறார். 1905 ஆம் ஆண்டிலிருந்து 1907 ஆம் ஆண்டு வரையான காலப் பகுதியில் உருவான அஸர்பைஜான் - ஆர்மேனியப் போரின் போது அனாதரவான மக்களுக்காகக் குரல்கொடுத்த இவரது போர் எதிர்ப்புக் கருத்துகளுக்காக இரண்டு தடவைகள் இவர் சிறைவாசம் அனுபவிக்கவும் நேர்ந்திருக்கிறது. பின்னர் 1922 ஆம் ஆண்டில் கடுமையாக நோய்வாய்ப்பட்டிருந்த இவர் 1923 ஆம் ஆண்டு மார்ச் மாதம் 23 ஆம் திகதி காலமானார்.

'கிகோர்' எனும் தலைப்பில் நீங்கள் வாசிக்கப் போகும் இந்த நூல் ஆர்மேனிய இலக்கியத்தின் அமிர்தம் எனலாம். 1894 ஆம் ஆண்டு, ஹோவன்னஸ் டூமேனியனினால் எழுதப்பட்ட 'கிகோர்', பனிக்காலங்களிலும் ஏனைய சிறப்பான காலங்களிலும் சிறுவர்களை தம்மைச் சுற்றி அமர வைத்துக் கொண்டு பெரியவர்களால் இப்போதும் கூறப்பட்டு வரும் கதையாகும். 'கிகோர்' எனும் இந்தக் காவிய நூல் உலகம் முழுவதிலும் பல மொழிகளில் மொழிபெயர்க்கப் பட்டுள்ளதோடு, ஆர்மேனியத் திரைப்பட இயக்குனர் Amasi Martirosyan ஆல் 1934 ஆம் ஆண்டிலும், அஸர்பைஜான் திரைப்பட இயக்குனர் Sergey Israelyan ஆல் 1982 ஆம் ஆண்டிலும் திரைப்படங்களாக வெளிவந்து பாராட்டுகளையும், விருதுகளையும் பெற்ற கதையாகும்.

அத்தோடு இந்த நூல், சிறு குழந்தைகளின் மனதை காருண்யத்தால் போஷிக்கிறது, தம்முடன் இருக்கும் ஏனைய பிள்ளைகளை பாசத்தோடு அணுகவும், அவர்களது கவலைகளைப் பகிர்ந்து கொள்ளவும் கற்பிக்கிறது. ஏழைக் குழந்தைகள் மீது பாசத்தோடு அணுக ஆர்மேனியர்களைப் பயிற்றுவிப்பது அவர்களது சிறுப்ராயத்திலிருந்தே கூறப்பட்டு வரும் இந்தக் கதையின் மூலமாகத்தான் என ஆய்வாளர்கள் கூறுகிறார்கள்.

ஹோவன்னஸ் டூமேனியன் தற்போது உயிருடன் இல்லை. அவரது நூலை தமிழில் மொழிபெயர்க்கும் நானும் ஒரு நாள் மறைந்து விடுவேன். எனினும் கிகோர் எனும் தலைப்பில் நீங்கள் வாசிக்கப் போகும் இந்த அருமையான காவியம் உங்கள் மனதில் என்றென்றும் நிலைத்து உயிர்த்திருக்கும் என்று நான் நம்புகிறேன்.

இறுதியாக, இந்த நூலை தமிழில் மொழிபெயர்க்கப் போவதை அறிந்த கணமே தனது மகிழ்ச்சியையும், வாழ்த்துகளையும் என்னுடன் பகிர்ந்து கொண்ட ஆர்மேனிய கலாசார அமைச்சர் V.Budumyan அவர்களுக்கும், நூலாகப் பதிப்பிக்கப் பொறுப்பேற்ற வம்சி பதிப்பகத்தின் பதிப்பாளர், எழுத்தாளர் மற்றும் எனது அன்புக்குரிய சகோதரி ஷைலஜாவிற்கும், அட்டைப்படத்தை வடிவமைத்த வம்சிக்கும், வடிவமைத்த மோகனா, தேவி மதுரை என எல்லோருக்கும் எனது மனமார்ந்த நன்றியும், அன்பும்.

- **எம். ரிஷான் ஷெரீப்**

25.12.2020

1

அவ்வாறு செய்வதில் எவருக்கும் உடன்பாடில்லை எனினும் அந்த வீட்டின் தலைவனான ஹம்போ அதைச் செய்வதாகவே தீர்மானித்திருந்தார். அவரது தீர்மானத்தை மாற்ற எவராலும் முடியவில்லை.

அவரது மகனை, பன்னிரண்டு வயது சிறுவனான கிகோரை நகரத்துக்குக் கூட்டிச் சென்று ஏதாவது தொழிலில் ஈடுபடுத்த வேண்டும் என்று ஹம்போ தீர்மானித்திருந்தார்.

'அப்போதுதான் இவன் இந்த உலகத்தைப் பற்றி தெரிஞ்சுப்பான்' என்றார். இருந்த போதிலும், அவரது மனைவி இந்தத் தீர்மானத்தைக் குறித்து வெகுவாகக் கவலைப்பட்டாள்.

'கொஞ்சம் கூட கருணை காட்டாத அந்த மோசமான வெளியுலகத்துக்கு என்னோட அப்பாவிக் குழந்தையை அனுப்பாதீங்க' என்று அவள் அழுதாள், ஓலமிட்டாள். இருந்த போதிலும் ஹம்போ அதை பொருட்படுத்தவேயில்லை.

சாந்தமான, ஆனால் துயரம் கனத்துச் செறிந்திருந்த ஒரு அதிகாலை வேளையில் சிறுவன் கிகோருக்கு அவன் அவ்வளவு காலமும் வசித்து வந்த கிராமத்திலிருந்து விடை பெற நேர்ந்தது.

கிகோரின் குடும்பத்தார்கள், அயலவர்கள் என அனைவருமே அந்தக் கிராமத்தின் எல்லை வரை கிகோரின் பின்னாலேயே வந்தார்கள்.

கிராமத்தின் எல்லையில் வைத்து அவர்கள் கிகோரை கட்டியணைத்துக் கொண்டார்கள். அவனை முத்தமிட்டார்கள். கிகோர் தனது தந்தையுடன் வெகு தொலைவுக்குச் செல்லும் வரைக்கும் பார்த்துக் கொண்டேயிருந்தார்கள். கிகோரின் தங்கை ஜெனீ மிகவும் அழுதாள். கிகோரின் தம்பியான குழந்தை கெலோ, கிகோர் செல்லும் திசையை நோக்கிக் கத்தியது.

'கிகோல்... கிகோல்... நீ எங்க போறாய் கிகோல்...?'

சற்று தூரம் சென்ற கிகோர் மீண்டும் தான் வந்த வழியை திரும்பிப் பார்த்தான். கிராமத்தவர்கள் அனைவரும் அப்போதும் ஊர் எல்லையில் நின்று கொண்டிருப்பதை அவன் கண்டான். அவனது அம்மா கைக்குட்டையொன்றால் கண்களிலிருந்து வழிந்து கொண்டிருந்த கண்ணீரைத் துடைத்துக் கொண்டிருந்தாள். அப்பாவின் கையை உதறிவிட்டு அம்மாவிடம் ஓடிச் செல்ல கிகோருக்குத் தோன்றியது. எனினும், அப்பா மிகவும் இறுக்கமாக அவனது கையைப் பற்றிக் கொண்டிருந்ததால் அவனால் அவ்வாறு செய்ய இயலவில்லை.

மேலும் சற்று தூரத்தை நடந்து கடந்ததும் அப்பா அவனது கையை விட்டார். கிகோர் பின்னால் திரும்பிப் பார்த்தான். எனினும், அப்போது அந்தக் கிராமம் மலைத் தொடருக்கு மறைந்து விட்டிருந்தது. அவனுக்கு எவரும் தென்படவில்லை. அவன் அப்பாவின் மறுபக்கம் மாறிப் போய் அங்கிருந்தும் எட்டிப் பார்த்தான். எனினும், கிராமத்தின் எதுவுமே தென்படவில்லை.

கிகோர் அடிக்கடி பின்னால் திரும்பித் திரும்பிப் பார்த்தவாறு நடப்பதைக் கண்ட அப்பா ஹம்போ கத்தினார்.

'சீக்கிரமா அடி வச்சு நடந்து வா கிகோர்... நாம இப்ப நகரத்தை நெருங்கிட்டோம்.'

நகரத்துக்குச் செல்லும் பாதை மலைத் தொடர்களின் ஊடாகவே இருந்தது. கிகோர் தனது அப்பாவுடன் மலைகள் ஒவ்வொன்றாக ஏறத் தொடங்கினான்.

சிறிது நேரத்தில் அவர்கள் மலையுச்சியை அடைந்து விட்டிருந்தார்கள்.

அங்கிருந்து பார்த்த போது, மலையடிவாரத்தில், மிகவும் சிறியதாக அவர்களது கிராமம் தென்படுவதை கிகோர் கண்டான். கிகோர் மிகவும் மகிழ்ச்சியாக உணர்ந்தான். அவன் உற்சாகமாகக் கத்தத் தொடங்கினான்.

'அப்பா எனக்கு நம்ம வீடு தெரியுது...எனக்கு நம்ம வீடு தெரியுது' என்று தொலைவில் மட்டுமட்டாகத் தெரியும் கிராமத்தை நோக்கி விரலால் சுட்டிக் காட்டியவாறு அப்பாவிடம் கூறினான்.

ஹம்போவும் அந்தப் பக்கமாக திரும்பிப் பார்த்தார். தொலைவிலிருந்த கிராமம் கூட மட்டுமட்டாகத்தான் தெரிந்ததால், அங்கிருந்த வீடு தென்படவேயில்லை. ஹம்போ எதுவும் பேசாமல் தலையைத் திருப்பிக் கொண்டார்.

2

கிராமத்திலிருந்து புறப்பட்டு வந்த நாளின் இரவை ஹம்போவின் பழைய நண்பர் ஒருவரது வீட்டில் அவர்கள் கழித்தார்கள்.

அந்த நண்பரும் மிகுந்த மகிழ்ச்சியோடு ஹம்போவை வரவேற்றார்.

சற்று நேரத்தில் அந்த வீட்டிலிருந்த சிறுமியொருத்தி தமது விருந்தினருக்கு தேநீர் தயாரிக்கத் தொடங்கியிருந்தாள்.

அவள் தேநீர் தயாரித்த வேளையில், கண்ணாடிப் பாத்திரங்கள் ஒன்றோடொன்று மோதும் 'சிலிங் சிலிங்' ஓசை அந்த வீடு முழுவதும் பரவியிருந்தது. கிகோர் அவளைப் பார்த்தான். அந்தச் சிறுமி அழகான சிவப்பு நிற ஆடையொன்றை அணிந்திருந்தாள்.

'இந்த உடுப்பு ஜெனீக்கும் ரொம்ப அழகாக இருக்கும்' என்று கிகோர் நினைத்தான்.

அன்று கிகோர் உறுதியாக ஒரு விடயத்தைத் தீர்மானித்துக் கொண்டான். எப்போதாவது அவன் நகரத்தில் பணி புரிந்து பணம் உழைக்கத் தொடங்கியதுமே அவனது தங்கை ஜெனீக்கும் இவ்வாறு ஒரு அழகான சிவப்பு நிற ஆடையை வாங்கிக் கொடுக்க வேண்டும் என்பதுதான் அது.

இரவுணவின் பின்னர் ஹம்போ அவரது நண்பருடன் வெகுநேரம் கதைத்துக் கொண்டிருந்தார். கிகோரை நகரத்துக்கு அழைத்துச் செல்வது குறித்து அவரது நண்பர் மிகவும் மகிழ்ச்சியடைந்திருந்தார். அவர் அதற்காக ஹம்போவைப் பாராட்டினார்.

'இந்தச் சின்னப் பையன் இந்த உலகத்தைப் பற்றி நிறைய தெரிஞ்சுக்கத்தான் வேணும்' என்றார்.

பின்னர் அவர்கள் இருவரும் போரைப் பற்றி கதைக்க ஆரம்பித்தார்கள். பிறகு நிம்மதியாக உண்டு, பருகி வாழ முடியாத அளவுக்கு உணவு பானங்களின் விலை அதிகரித்துள்ளமை குறித்து கதைத்தார்கள். அதன் பிறகும் அவர்கள் நிறைய விடயங்கள் பற்றிக் கதைத்துக் கொண்டேயிருந்தார்கள். எனினும், வெகுதூரம் நடந்து வந்த களைப்பு மிகைத்திருந்த காரணத்தால் கிகோர் அப்போது நன்றாகத் தூங்கி விட்டிருந்தான்.

மறுநாள் அவர்கள் நகரத்தை நெருங்கினார்கள். நகரத்தில் முதல் நாளை அவர்கள், குதிரைகளைப் பராமரிப்பவன் ஒருவனது கூடாரத்தில் கழித்தார்கள். அன்றிரவையும் அந்தக் கூடாரத்தில் கழித்த ஹம்போ மறுநாள் விடிகாலையிலேயே கிகோரையும் கூட்டிக் கொண்டு நகரத்தின் சந்தைப் பகுதிக்குச் சென்றார்.

3

ஹம்போ, கிகோருக்கு வேலை தேடி சந்தையின் அனைத்து இடங்களிலும் அலைந்து திரிந்தார். அவ்வாறு நடந்து செல்லும்போது கடையொன்றுக்குள்ளிருந்து யாரோ அவரைக் கூப்பிடுவது அவருக்குக் கேட்டது.

'நீங்க இந்தச் சின்னப் பையனுக்கா வேலை தேடுறீங்க?' என்று எவரோ கேட்டதும் ஹம்போ அந்தக் கடைக்குள் தலையை நுழைத்துப் பார்த்தார். கடை வியாபாரி அங்கிருந்தார்.

'ஆமா ஐயா' என்று ஹம்போ மிகுந்த மரியாதையோடு பதிலளித்தார்.

வியாபாரி கிகோரை நன்றாகப் பார்த்தார். அவனது தலையிலிருந்து பாதம் வரை கூர்ந்து கவனித்தார்.

'அப்படீன்னா இவனை எனக்குக் கொடு' என்று கிகோரைப் பார்த்தவாறே வியாபாரி கூறினார்.

வந்த வேலை விரைவாகவே முடிந்தது கண்டு ஹம்போ மிகவும் மகிழ்ச்சியாக இருந்தார்.

ஆகவே ஹம்போவும், பஸாஸ் அர்த்தெம் எனும் அந்த வியாபாரியின் வீட்டு வேலைகளைச் செய்ய கிகோரை ஒப்படைக்க இசைந்தார். என்றாலும் அர்த்தெம் நிபந்தனைகள் சிலவற்றை விதித்துத்தான் கிகோரை வேலையில் சேர்த்துக் கொண்டார்.

கிகோர், அர்த்தெம்மின் வீட்டை தூய்மையாக வைத்திருக்க வேண்டும். பீங்கான்கள், பானை பாத்திரங்களைக் கழுவ வேண்டும். சப்பாத்துக்களை மினுக்கிப் பளபளப்பாக வேண்டும். அர்த்தெம்மின் மதிய உணவை அவரது கடைக்கு எடுத்துக் கொண்டு வந்து தர வேண்டும். அவ்வாறே வீட்டிலிருக்கும் ஏனைய சின்னச் சின்ன வேலைகள் அனைத்தையும் செய்ய வேண்டும்.

அர்த்தெம் கூறிய விடயங்கள் குறித்து கிகோருக்கு அந்தளவு புரிதல் இல்லாத காரணத்தால் அவன் எதுவுமே பேசவில்லை. எனினும் அவனது தந்தையான ஹம்போ, அவனது தலையைத் தடவியவாறே, 'என்னோட மகன் இந்த வேலை அனைத்தையுமே ரொம்ப சிறப்பாச் செய்வான்' என்றார்.

அவ்வாறே, ஒரு வருடம் வீட்டு வேலைக்காரனாக பணி புரிந்த பிறகு கிகோருக்கு கடை வியாபாரத்தைக் கற்றுக் கொடுப்பதாக அர்த்தெம் வாக்குறுதியளித்தார்.

'கடையில வேலைகளைக் கத்துக்கிட்ட பிறகு இந்தப் பையன் கடையிலேயே வேலைகளைச் செஞ்சுக்கிட்டிருக்கலாம். ஆனா அஞ்சு வருஷம் கழியும் வரைக்கும் இந்தச் சின்னப் பையனுக்கு நான் ஒரு சதம் கூட சம்பளமாக் கொடுக்க மாட்டேன். உண்மையச் சொன்னா, இவனை நகரத்துல தங்க வச்சுக்கிட்டு வியாபாரத்தையும் கத்துக் கொடுக்குறதுக்கு எனக்குத்தான் நீங்க காசு கொடுக்கணும். ஏன்னா இவனுக்குத்தான் எந்த வேலையுமே தெரியாதே' என்று பஸாஸ் அர்த்தெம் கூறினார்.

ஹம்போவும் அந்தக் கருத்தை ஏற்றுக் கொண்டார்.

‘என்ன பேச்சு இது ஐயா...? இவனுக்கு கடையில வேலை செய்யத் தெரியும்னா நான் இவனை இந்த நகரத்துக்குக் கூட்டிக் கொண்டு வந்திருப்பேனா? அது தெரியாததாலதானே நான் இவனை இங்க கூட்டிட்டு வந்திருக்கேன். இந்தச் சின்னப் பையன் ஏதாவது கத்துக்கணும்னு தான் கூட்டிட்டு வந்திருக்கேன்.’

‘இவன் கத்துப்பான். எல்லாத்தையும் கத்துப்பான். ரொம்ப நல்லாவே கத்துப்பான். உங்க ஊர்ல இருந்து வந்த நிகோல் என்ற பொடியனை உங்களுக்குத் தெரிஞ்சிருக்கும். அவனும் சின்ன வயசுல எங்கிட்டத்தான் வேலை கத்துக்கிட்டான். பிறகு எங்கிட்டயிருந்து எல்லாத்தையும் கத்துக்கிட்டுப் போனவன் அவனுக்கு சொந்தமா ஒரு கடையையே இந்த சந்தைல ஆரம்பிச்சுட்டான். சும்மாயில்ல. என்னோட கடையில இருந்த சாமான்களையும் திருடிட்டுப் போயிருக்கான்‘ என்று பஸாஸ் அர்த்தெம் மிகுந்த கோபத்தோடு கூறினார்.

‘என்னோட சின்ன மகன் அந்த மாதிரி மோசமான வேலையெல்லாம் செய்ய மாட்டான் ஐயா. இவன் அப்படி ஏதாவது செஞ்சான்னா நானே என்னோட இந்த ரெண்டு கைகளாலயும் இவனை இழுத்துக்கிட்டுப் போய் கூரா கங்கையில வீசிடுவேன்... சத்தியமாத்தான் சொல்றேன்‘ என்று ஹம்போ தனது நெஞ்சில் கை வைத்து அர்த்தெம்மிடம் வாக்குறுதியளித்தார்.

‘நல்லது, பையன் அப்படி நேர்மையா வேலை செஞ்சான்னா நான் நிச்சயமா இவனை பெரிய ஆளாக்கிக் காட்டுவேன்’ என்று அர்த்தெம் கூறினார்.

‘அதுதான் ஐயா, எனக்கும் வேணும். எனக்கும் இவனை எப்படியாவது பெரிய ஆளாக்கிடணும். இவன் எழுதப் படிக்கணும். எழுத, வாசிக்க எல்லாம் கத்துக்கணும். மனுஷங்களோடு கதைக்க,

அவங்க பேசுறதப் புரிஞ்சுக்கத் தெரிஞ்சிருக்கணும். சின்னப் பையன்னாலும் இவன் நல்ல கெட்டிக்காரன். ஊர்ல இருந்தான்னா இவனும் என்னை மாதிரியே வீணாப் போயிடுவான். அதனாலதான் நான் இந்தச் சின்னப் பையன இந்த வயசிலேயே நகரத்துக்குக் கூட்டிக்கிட்டு வந்தேன். ஐயாவால மட்டும்தான் என்னோட பிள்ளையை வளர்த்து ஆளாக்க முடியும். அதுக்காக ஐயாவுக்கு நான் நன்றிக்கடன் பட்டிருக்கேன்' என்றார் ஹம்போ.

அவ்வேளையில் ஹம்போவின் கண்களில் கண்ணீரும் துளிர்த்திருந்தது. காரணம், எல்லாத் தந்தையர்களையும் போலவே தமது புதல்வன் நன்றாக சம்பாதிக்கக் கூடிய பெரிய ஆளாக வருவதைக் காண்பதே ஹம்போவுக்கும் அவசியமாக இருந்தது.

'வந்து... ஐயா... இன்னும் சின்னப் பையன் இவன். இந்த நகரம் இவனுக்கு இன்னும் பழக்கமில்ல. அதனால என்னோட மகனை நல்லாப் பார்த்துக்கணும் நீங்க. எனக்கு அது போதும்.'

கிகோரை கவனமாகப் பார்த்துக் கொள்வதாக பஸாஸ் அர்த்தெம் உத்தரவாதம் அளித்தார். தொடர்ந்து கடையிலிருந்து வெளியே வந்த அர்த்தெம் வெளியே இருந்த மற்றொரு சில்லறைக் கடையைப் பார்த்துக் கத்தினார்.

'இந்தப் புதியவங்களுக்கு குடிக்க நல்ல தேநீரும், சாப்பாடும் எடுத்துட்டு வாங்க.'

அந்த சிறிய விருந்தோம்பலுக்குப் பிறகு அர்த்தெம், ஹம்போவையும், கிகோரையும் கூட்டிக் கொண்டு அவரது வீட்டுக்குப் போனார். அவர்கள் இருவரையும் சமையலறையில் காத்திருக்கச் சொன்ன அர்த்தெம் அவரது மனைவியைச் சந்தித்து வீட்டு வேலைக்கு ஒரு பையன் கிடைத்திருக்கிறான் என்ற தகவலைச் சொல்ல உள்ளே சென்றார்.

4

ஹம்போ அவரது கையில் பிடித்திருந்த சுருட்டுக் குழாயை வாயில் வைத்து புகைக்கத் தொடங்கினார். கிகோர், அப்பாவின் தோளில் தலையை வைத்துச் சாய்ந்திருந்தான்.

'இனிமேல எல்லாமே உன்னோட கையிலதான் இருக்கு மகனே. நீ தைரியசாலிங்குறத நீ எனக்குக் காண்பிக்கணும். அதுக்கு நீ பாடுபட்டு வேலை செய்யணும். நல்லா நடந்துக்கணும். எப்போதாவது நீ இந்த ஆட்களோட மோசமா நடந்துக்கிட்டேன்னு நான் கேள்விப்பட்டா அன்னிக்கு உன் மேல எனக்கு கடுமையாகக் கோபம் வரும். அதையும் நீ தெரிஞ்சிருக்கணும். உனக்கு நான் சொல்றது புரியுதா கிகோர்?' என்று ஹம்போ கிகோரிடம் கேட்டார்.

'ம்; ம்... என்று கிகோர் தலையாட்டினான்.'

கிகோர் அவன் அமர்ந்திருந்த சமையலறையை சுற்றிவர நன்றாகப் பார்த்தான். அவனது கிராமத்து சமையலறையை விடவும் அது மிகவும் வித்தியாசமானதாக இருந்தது.

'அப்பா, இவங்களுக்கு வீட்டுக்குள்ள தீ மூட்ட இடமொண்ணு இல்லையா?' என்று சமையலறை முழுவதும் பார்த்த சிறுவன் கிகோர் கேட்டான். ஹம்போ சிரித்தார்.

'அடடா... கிகோர், இது நகரம் மகனே. இங்கிருக்குறவங்க நம்ம ஊர்ல மாதிரி தீ மூட்டுறதெல்லாம் இல்ல. இவங்களுக்கு அதுக்குன்னு கணப்பு அடுப்புகள் இருக்கு.'

'குறைஞ்சது இவங்கக்கிட்ட விளைச்சலை அரைக்குற இடம் கூட இல்ல' என்று கூறினான் கிகோர்.

'நகரத்துல இருக்குறவங்க யாரும் விளைச்சலை அரைக்குறதில்ல கிகோர். அதெல்லாம் கிராமத்துலதான் நடக்கும்.'

'அப்போ எப்படி அப்பா இவங்க எல்லாரும் சாப்பிட ரொட்டி சுடுவாங்க?'

'நகரத்துல இருக்குறவங்க காசு கொடுத்துத்தான் ரொட்டி வாங்குவாங்க... காசு கொடுத்துத்தான் விறகு வாங்குவாங்க. நெய், வெண்ணெய்... ஏன் தண்ணீரைக் கூட காசு கொடுத்துத்தான் வாங்குவாங்க. நீ இந்த நகரத்துல தொடர்ந்து இருக்கும்போது இன்னும் பல விஷயங்களைத் தெரிஞ்சுப்பாய்.'

'அடடா...'

கிகோருக்கு அந்த விடயங்கள் வியப்பளித்தன. கிராமத்து வீடுகளில் போல சமையலறைக்குள் ரொட்டி சுடும் போறணையொன்று இல்லாமல் இருப்பது அவனுக்கு மிகவும் வியப்பளிக்கக் கூடிய விடயமாக இருந்தது. இங்கு அனைத்தையுமே பணம் கொடுத்து வாங்குவது என்பது அதை விடவும் விந்தையானது.

கிகோரின் முகத்தைப் பார்த்துச் சிரித்த ஹம்போ மீண்டும் சொன்னார்.

'இது திப்லிஸ் நகரம் மகனே. நீ நல்லா இருந்தாய்னா பெரிய சீமான் ஆகிடுவாய்.'

'அப்படீன்னா அப்பா, இவங்களுக்கு இந்த நகரத்துல பள்ளியொண்ணு இருக்கா?'

‘ஆமா கிகோர். இவங்களும் நம்மைப் போலவே கிறிஸ்தவர்கள்தான். நீ இப்ப அதையும் இதையும் பேசிக் கொண்டிருக்காம நான் சொல்றத கவனமாக் கேட்டுக்கோ. நீ இந்த ஆட்களிட்ட ரொம்ப கீழ்படிந்து நடந்துக்கணும். எதிலும் களவு செய்யக் கூடாது. வீட்டாட்கள் சில வேளை உன்னைப் பரிசோதிச்சுப் பார்க்க காசை உன் பார்வையில படுற மாதிரி அங்க இங்க வைப்பாங்க. நீ அதை நெருங்கவோ தொடவோ கூடாது. புரியுதா?’

கிகோர் தலையசைத்தான்.

‘சும்மாவாவது நீ அந்தக் காசைத் தொட்டுட்டாய்ன்னா உடனே வீட்டுக்கார அம்மாக்கிட்டயோ, ஐயாக்கிட்டயோ போய் சொல்லணும். ’இந்தக் காசு யாரோடது? யாரோ தவறுதலா விட்டுட்டுப் போயிருக்காங்கன்னு நினைக்கிறேன்’னு சொல்லி அவங்கக்கிட்ட கொடுத்துடணும். புரியுதா? அப்படிச் செய்யலேன்னா உனக்கு பெரிய தண்டனை கிடைக்கும்.’

‘அப்போ இங்க போலிஸ்காரர்களும் இருக்காங்களா?’ என்று கிகோர் கேட்டான்.

‘ஆமா. இங்க இருக்காங்க. நீ அதைப் பற்றி கவலைப்படாதே. நீ செய்ய வேண்டியதெல்லாம் இந்த ஆட்கள் உனக்குன்னு சந்தோஷமா பணம் ஏதாவது கொடுத்தாங்கன்னா அதை ஊருக்கு வர்ற யார்கிட்டயாவது கொடுத்து நம்ம வீட்டுக்கு அனுப்பி வைக்கணும். ஏன்னா, வீட்டுல செய்ய வேண்டிய வேலைகள் ஆயிரக்கணக்கா இருக்கு. உனக்கு அது தெரியும்தானே கிகோர்? என்று ஹம்போ மிகவும் கவலை தோய்ந்த முகத்தோடு கூறினார்.

‘நீயும் ரொம்பக் கவனமா இருந்துக்கோ மகனே. ராத்திரில நல்லாப் போர்த்திக்கிட்டு தூங்கு. இல்லேன்னா குளிருக்கு உனக்கு வியாதிகள் வந்திடும். இந்தக் குளிர் ரொம்ப மோசமான குளிர்’ என்று ஹம்போ

உபதேசிக்கும் போது அவரது சுருட்டுக் குழாய் வாயிலிருந்து வெளியே வந்த புகையால் அவரது முகம் மூடுண்டிருந்தது.

‘நீ இன்னொரு விடயத்தைப் புரிஞ்சுக்கணும் என்னோட மகனே. இந்த ஆட்கள் உனக்கு சின்ன ரொட்டித் துண்டொன்றும், மிஞ்சிப் போன சாப்பாடு கொஞ்சமும்தான் சாப்பிடக் கொடுப்பாங்க. சில நாட்கள்ல எதுவுமே சாப்பிடக் கிடைக்காமக் கூட போகலாம். இருந்தாலும் நீ அதைப் பற்றியெல்லாம் அதிகமா யோசிக்கத் தேவையில்ல. நிறைய வேலைக்காரர்களுக்கு அப்படித்தான் நடக்குது. உனக்கே தெரியாம நாட்கள் வேகமாப் போயிடும். அதனால எல்லாத்தையும் சகிச்சுக்கிட்டு பொறுமையா இருந்துக்கோ. புரியுதா?’

இவ்வாறு ஹம்போ அவரது அறிவுரைகளைத் தொடர்ந்த போது தந்தையின் தோளில் தலை வைத்திருந்த கிகோர் உறங்கிப் போய் விட்டிருந்தான். கிராமத்திலிருந்து நகரத்துக்கு வந்து சேர்ந்த இரண்டு தினங்களிலும் நிறைய விடயங்களை அனுபவிக்க நேர்ந்திருந்ததால் அவன் மிகவும் களைத்துப் போயிருந்தான்.

பழங்கள் நிறைந்திருந்த கடைகள், பல்வேறு வர்ணங்களில் துணிகள் தொங்க விடப்பட்டிருந்த அடுக்குகள், பல விதமான விளையாட்டுப் பொருட்கள், பாடசாலைக்குப் போய் வரும் சிறுவர்கள், ஒன்றின் பின் ஒன்றாக வேகமாக நகரும் வண்டிகள், ஒட்டக வண்டிகள், காய்கறிகளைச் சுமந்து செல்லும் கழுதைகள், தலையில் கூடைகளை ஏந்தி நடக்கும் தெரு வியாபாரிகள், அழுகைகளும், ஓசைகளும் என அனைத்தும் ஒன்றாகக் கலந்து அவனது தலையில் இரைச்சலை ஏற்படுத்தி எதிரொலித்துக் கொண்டிருந்தன.

கிகோர் விழித்துக் கொண்ட வேளையில் அப்பா அவனருகே இருக்கவில்லை. அப்பா ஊருக்குத் திரும்பிப் போய் விட்டிருந்தார்.

5

கிகோரைக் கண்ட முதல் கணம் தொட்டே பஸாஸ் அர்த்தெம்மின் மனைவியான நெத்தோ கிகோரை வெறுத்தாள். வேலைக்காரன் என்று சொல்லிக் கூட்டிக் கொண்டு வந்த பையன் ஒரு முட்டாள், பிடிவாதக்காரன் என்றெல்லாம் கூறி அர்த்தெம்மைத் திட்டினாள். எனினும், பஸாஸ் அர்த்தெம் என்றால் ஒரு சதம் கூட செலவழிக்காமல் வேலைக்காரனாக ஒரு பையன் கிடைத்திருப்பது குறித்து மிகுந்த பெருமையோடு கதைத்தார்.

‘இந்தப் பையன் எந்நாளும் இப்படியே இருக்க மாட்டான். எல்லாத்தையும் கத்துப்பான்’ என்று அர்த்தெம் அவரது மனைவியிடம் கூறினார்.

‘அதைத்தான் நானும் சொல்றேன். அந்தப் பையனுக்கு இப்ப எதுவும் தெரியாம இருந்தாலும், போகப்போக எல்லாத்தையும் படிப்படியா கத்துப்பான். நீ அதை நினைச்சு கோபப்படாதே‘ என்று அர்த்தெம்மின் வயதான தாயும் தனது மருமகளிடம் எடுத்துச் சொன்னாள்.

ஆனாலும் நெத்தோ அந்த வார்த்தைகள் எவற்றையும் பொருட்படுத்தவேயில்லை. ஆகவே அவள் அடிக்கடி

அர்த்தெம்முடன் வாக்குவாதப்பட்டாள். இப்படிப்பட்ட ஒரு கிராமத்துப் பையனுக்குத் தனது வீட்டில் இடம் கொடுத்திருப்பதற்காக தனது விதியை நொந்தாள்.

கிகோர், அர்த்தெம்மின் சமையலறையிலேயே அமர்ந்திருந்தான். அவன் தனது பணியைத் தொடங்க தயாராகவே இருந்தான்.

வேலைக்காரர்கள் எப்போதும் பழைய ஆடைகளையே அணிந்திருக்க வேண்டும் என்பதால் அர்த்தெம் அவரது பழைய ஆடைகள் சிலவற்றை கிகோருக்குக் கொடுத்திருந்தார். அவன் அர்த்தெம்மின் பழைய தொப்பியொன்றை அணிந்து கொண்டிருந்தான். அந்தத் தொப்பி கிகோரின் தலையை விடப் பெரியது என்பதால் அது அவனது காதுகளிரண்டையும் கூட மூடிவிட்டிருந்தது. அவன் அர்த்தெம்மின் பழைய தோல் சப்பாத்துகள் இரண்டை கால்களில் இட்டு, நீல நிறத்தில் பெரிய சட்டையொன்றை அணிந்திருந்தான். அவையும் கிகோரின் உடலை விடவும் இரு மடங்களவில் பெரியவை என்பதால் ஆடை உடலிலிருந்து கீழ் நோக்கி தொங்கிக் கொண்டிருந்தது. அவன் சமையலறையில் இருந்த கதிரையொன்றின் மீது அமர்ந்து யோசித்துக் கொண்டிருந்தான்.

இனி என்ன செய்வது, வேலையை எங்கிருந்து தொடங்குவது என்று கிகோரால் தீர்மானிக்கவே முடியவில்லை. கிராமத்திலிருந்து நகரத்துக்கு வர நேர்ந்தது குறித்தும் கிகோர் மிகவும் வருந்திக் கொண்டிருந்தான்.

அவ்வேளையில் வீட்டு எஜமானியான நெத்தோ சமையலறைக்கு வந்தாள். கிகோர் சமையலறையில் எதுவுமே செய்யாமல் அமர்ந்திருப்பதைக் கண்ட அவளுக்கு கடும்கோபம் வந்தது. அவள் கிகோரிடம் எதுவோ கேட்டாள். எனினும், கிகோருக்கு அவள் என்ன கேட்கிறாள் என்பது விளங்கவில்லை.

‘டேய், நான் உங்கிட்டத்தான் பேசிட்டிருக்கேன்... காட்டுமிராண்டியே...’

அவளது குரலிலிருந்த கடுமையின் காரணமாக கிகோர் திடுக்கிட்டுப் போனான். எஜமானியான நெத்தோவுக்கு என்ன பதிலளிப்பது என அவனால் யோசித்துக் கூடப் பார்க்க முடியவில்லை. கிகோரின் மொத்த தேகமும் சிலிர்த்துப் போய் வியர்வையும் வழிந்தது.

கிகோர் பயந்து போய் பார்த்துக் கொண்டிருப்பதைக் கண்ட நெத்தோ, கிகோரைத் திட்டினாள்.

‘எங்களை அழிக்க வந்திருக்குற இந்தப் பிசாசுக்கு நான் சொல்ற எதுவுமே விளங்குதில்ல. என்னோட கெட்ட நேரத்துக்கு அந்த மனுஷனும் இந்தக் காட்டுமிராண்டியை இந்த வீட்டுக்குக் கூட்டி வந்திருக்காரே’ என்று கத்திய நெத்தோ சமையலறையின் கதவை வேகமாக அறைந்து சாத்தி விட்டு அங்கிருந்து கிளம்பிப் போனாள். கிகோர் நன்றாகப் பயந்து போயிருந்தான்.

‘இனி அவ்வளவுதான்’ என்று கிகோர் நினைத்தான்.

‘என்னை இங்கிருந்து துரத்தி விட்டால் நான் எப்படி திரும்பவும் ஊருக்குப் போவேன்? அப்பாவும் போயிட்டார்’ என்று கிகோர் யோசித்துக் கொண்டிருந்தான்.

இனி அவ்வளவுதான் என்று அவன் நினைத்துக் கொண்டிருந்த அவ்வேளையில் பஸாஸ் அர்த்தெம்மின் வயதான தாய் சமையலறைக்கு வந்தாள். கறுப்பு நிறத்தில் நீண்ட ஆடையொன்றை அணிந்திருந்த அந்த மூதாட்டி மிகுந்த பாசத்தோடு கிகோருடன் கதைத்தாள்.

‘ஏன் பிள்ளையே நீ நெத்தோ அம்மா வந்தப்ப எழுந்து நிற்கல? ஏன் அவள் கேட்டதுக்கு பதில் சொல்லல?’ என்று அவள் கிகோரிடம் விசாரித்தாள்.

'இனிமேல யாராவது உன்கிட்ட ஏதாவது கேட்டாங்கன்னா நீ பதில் சொல்லணும். புரியுதா பிள்ள?'

கிகோர் தலையசைத்தான்.

அவள் கிகோருக்கு, ஒரு தாய் தனது பிள்ளைக்குக் கற்றுக் கொடுப்பது போல அனைத்தையும் சொல்லிக் கொடுத்தாள். வீட்டில் விளக்கேற்றுவது எப்படி, சப்பாத்துக்களை சுத்திகரிப்பது எவ்வாறு, பாத்திரங்களைக் கழுவும் விதம்... இவ்வாறு அனைத்தையும்.

6

அந்த வயதான மூதாட்டி தவிர ஏனைய அனைவருமே கிகோருக்கு வேறுபாடு காட்டினார்கள். அவர்கள் அனைவருமே சிறுவனான கிகோரை மிக மோசமாக நடத்தினார்கள். அர்த்தெம்மின் கடையில் பணி புரிந்து கொண்டிருந்த ஏனைய பையன்கள் அடிக்கடி கிகோருக்கு தொந்தரவு கொடுத்தார்கள். அவனைக் குட்டினார்கள். அவனது தொப்பியை காது வரைக்கும் இழுத்து விட்டு அவனைத் தள்ளி விட்டார்கள்.

கிகோர் இவை அனைத்தையுமே சகித்துக் கொண்டான். எனினும் அவனால் சகித்துக் கொள்ளச் சிரமமாக ஒன்று இருந்தது. அது பசி.

கிராமத்து வீட்டில் என்றால் கிகோருக்கு பசி வந்தால் நேராக சமையலறைக்குப் போய் ரொட்டித் துண்டொன்றை, பாலாடைக் கட்டியொன்றைத் தேடி எடுத்துச் சாப்பிட்டு விட்டு ஊரிலிருக்கும் ஏனைய சிறுவர்களுடன் விளையாடப் போவான். சில சமயங்களில் சமையலறையிலிருக்கும் ரொட்டித் துண்டை சட்டைப் பையில் இட்டு எடுத்துக் கொண்டு விளையாடப் போய் அவனது ஏனைய நண்பர்களுடன் பகிர்ந்து சாப்பிடுவான். ஆனால் நகரத்தில் அனைத்துமே வித்தியாசமாக இருக்கிறது. எவ்வளவுதான் பசித்த

போதிலும், ஏதாவது சாப்பிட வேண்டும் என்றால் உணவு வேளை வரும் வரைக்கும் காத்திருக்க வேண்டும். உணவு வேளை வந்திருந்தாலும் கூட ஏனைய அனைவரும் சாப்பிட்டு முடிக்கும் வரைக்கும் காத்திருக்க வேண்டும். ஏனைய அனைவரும் சாப்பிட்டு முடித்த பிறகுதான் கிகோருக்கு ஏதாவது சாப்பிடக் கிடைக்கும்.

எவ்வாறாயினும், இவ்வாறு பசித்திருந்த நாட்களில் கூட கிகோருக்கு, அந்த வீட்டினர் சாப்பிட்டு முடித்து வெகுநேரம் கழிந்த பிறகே ஏதேனும் சாப்பிடக் கிடைத்தது. காரணம், அவர்கள் சாப்பிட்டு முடித்ததும் வேடிக்கையாகக் கதைத்துக் கொண்டிருக்கத் தொடங்குவார்கள். அர்த்தெம்மின் மகள்மார் இருவரும் பியானோவை இசைப்பார்கள். அர்த்தெம் அவரது மனைவியோடும், தாயோடும் சேர்ந்து கொண்டு அந்த இசையை ரசித்துக் கொண்டிருப்பார். ஆகவே வெகுநேரம் செல்லும் வரைக்கும் அவர்கள் அனைவரும் உணவு மேசை அருகிலேயே அமர்ந்திருப்பதால் கிகோருக்கு எதுவும் சாப்பிடக் கிடைப்பதில்லை. உணவு மேசையை ஒதுக்கி வைக்காமல் எதையேனும் சாப்பிட்டால் எஜமானி நெத்தோ திட்டத் தொடங்குவதால் கிகோர் பசியைப் பொறுத்துக் கொண்டு அனைத்தும் முடியும் வரைக்கும் பார்த்துக் கொண்டிருப்பான்.

இவ்வாறு மணித்தியாலக் கணக்கில் பசியிலிருந்து பார்த்துக் கொண்டிருந்த நாட்களில் பசி பொறுக்காமல் கிகோர் சமையலறைக்குப் போய் ரொட்டிகளை வெட்டிய மேசை மீது உதிர்ந்து கிடக்கும் ரொட்டித் துகள்களை உள்ளங்கையில் சேகரித்து உண்பான். அவ்வாறு உண்டும் பசி போகவில்லை என்றால் சமையலறையில் இருக்கும் பாத்திரங்களில் ஏதாவது மிச்சமாக எஞ்சியிருக்கிறதா என்று பார்ப்பான். அதையும் வீட்டார்கள் காணக் கூடும் என்றும் அவன் பயந்தான். சமையலறையில் திருடித் தின்றான் என்று கூறி அடிப்பார்கள் என்றும் அஞ்சினான்.

'அப்படியேதும் நடந்தால் நான் ஊருக்கு ஓடி விடுவேன்' என்று கிகோருக்குத் தோன்றும். தொடர்ந்து, அவனால் அவ்வாறு ஒருபோதும் செய்ய முடியாது என்பதுவும் சிந்தனையில் எழும். காரணம் அவனது கிராமத்துக்கு வெகுதூரம் பயணிக்க வேண்டும். இவை அனைத்தையும் விட அப்பா அவனிடம் இறுதியாகச் சொன்னது அவனுக்கு எப்போதும் நினைவில் இருந்தது.

'பொறுமையா இரு மகனே... உனக்குத் தெரியாமலே நாட்கள் எல்லாம் வேகமாகக் கடந்து போயிடும்.'

7

வீட்டின் வாயில் மணி ஒலித்தது.

அந்த ஒலி காதில் விழுந்ததுமே கிகோர் எழுந்து நின்றான். எவராவது வாயில் மணியை ஒலிக்கச் செய்தால் அது யார்?என்று பார்க்குமாறு அவனிடம் சொல்லப்பட்டிருந்தது. அதுவும் கிகோரின் வேலைகளில் ஒன்றாக இருந்தது.

கிகோர் மாடியின் முகப்புக்குச் சென்று கீழே பார்த்தான்.

மிகவும் கண்ணியமாகவும் நேர்த்தியாகவும் ஆடையணிந்த ஒருவரும், அவருடன் இன்னும் சில பெண்மணிகளும் வாயிலருகே நின்று கொண்டிருப்பதை அவன் கண்டான்.

'நீங்க யாரு?' என்று சிறுவன் கிகோர் கேட்டான்.

கிகோரின் குரலைக் கேட்ட, வாயிலருகே நின்று கொண்டிருந்தவர்கள் மேலே பார்த்தார்கள். கிகோரைக் கண்டதும் பெண்மணிகள் பலமாகச் சிரிக்கத் தொடங்கினார்கள். அங்கு நின்று கொண்டிருந்த நபர் தனது மூக்குக் கண்ணாடியை சரி செய்து கொண்டு கிகோரைப் பார்த்தார். பார்த்து விட்டுக் கேட்டார்.

'உன்னோட எஜமானி வீட்டுல இருக்காங்களா?'

‘எஜமானியம்மா உங்களுக்கு எதுக்கு?’ என்று கிகோர் மீண்டும் வினா தொடுத்தான்.

அந்தக் கேள்விக்கு கீழேயிருந்த பெண்மணிகள் மீண்டும் சிரித்தார்கள்.

‘இந்த வீட்டு எஜமானி இருக்காங்களா இல்லையான்னு நான் உங்கிட்டத்தான் கேட்குறேன். கேட்டதுக்கு பதில் சொல்லு’ என்று அந்த நபர் சற்றுக் கடுமையாகத் திரும்பவும் கேட்டார்.

‘எஜமானியம்மா உங்களுக்கு எதுக்கு? அவர்கிட்ட என்ன காரியம் நடக்கணும்?‘ என்று கிகோர் மீண்டும் கேட்டான்.

இந்த சத்தத்தைக் கேட்ட எஜமானி நெத்தோ அறையிலிருந்து வெளியே வந்தாள். வந்து மாடியின் முகப்பிலிருந்து கீழே பார்த்தாள். கீழே வாயிலருகே அவளது நெருங்கிய நண்பர்கள் சிலர் நின்று கொண்டிருந்தார்கள். எஜமானி நெத்தோவுக்கு கடுமையாகக் கோபம் வந்தது.

‘டேய்... காட்டுமிராண்டியே... ஓடிப் போய் கதவைத் திறந்து விடுடா’ என்று எஜமானி நெத்தோ கிகோரைப் பார்த்துக் கத்தினாள்.

எஜமானி நெத்தோவின் உத்தரவைத் தொடர்ந்து கிகோர் கீழே ஓடிப் போய் கதவைத் திறந்து விட்டான். எஜமானி நெத்தோ கிகோரையும், அவனை வீட்டுக்கு அழைத்து வந்த அர்த்தெம்மையும் திட்டியவாறே கீழே வந்தாள். எனினும், வீட்டுக்கு வந்திருந்த விருந்தினரைக் கண்டதுமே அவளது முகம் திடீரென மாறியது. அவள் நன்றாக சிரித்துப் புன்னகைத்து அவர்கள் அனைவரையும் வரவேற்றாள்.

‘நீங்க எல்லோரும் ஒண்ணா வந்திருப்பது எனக்கு ஆச்சரியமா இருக்கு‘ என்றாள்.

‘நெத்தோ, எங்கிருந்து இந்தப் பையனைத் தேடி எடுத்தீங்க?‘ என்று

பழித்துக் காட்டுவதைப் போல வாயைக் கோணலாக்கிச் சிரித்து, கிகோரின் தலையில் இருந்து பாதம் வரைக்கும் பார்த்தவாறே அந்த நபர் கேட்டார். அதற்கும் சுற்றியிருந்த அனைவரும் சிரிக்கத் தொடங்கினார்கள்.

'இவனைப் பார்த்து சிரிக்குறதுக்கு அப்படி என்னதான் இருக்கு? உங்களுக்கு வேணும்னா இவனைக் கூட்டிட்டுப் போயிடுங்க' என்று நெத்தோவும் சிரித்தவாறே பதிலளித்தாள்.

அனைவரும் உள் மண்டபத்தில் வந்து அமர்ந்து கொண்டார்கள். கிகோர் மண்டபத்தின் ஒரு ஓரமாக நின்று கொண்டு பார்த்துக் கொண்டிருந்தான். நெத்தோ அவனை சமையலறைக்குச் செல்லுமாறு தலையால் சைகை செய்த போதிலும் கிகோருக்கு அது புரியவில்லை.

'இந்தப் பையன் ஒரு பொணத்தைப் போல. சொல்ற எதுவுமே விளங்காது இவனுக்கு' என்று நெத்தோ மிகச் சத்தமாக விருந்தினரிடம் கூறினாள்.

'இவன் இந்த வீட்டுக்குக் காலடி எடுத்து வச்ச இந்த ரெண்டு மூணு நாளுக்குள்ள எனக்குன்னா போதும் போதும்னு ஆயிடுச்சு. இவனைத் தெருவுக்குத் துரத்திடுவோம்னும் நான் அர்த்தெம்கிட்ட சொன்னேன். ஆனாலும் எங்க? அர்த்தெம்க்குத் தான் பாசம் கண்ணை மறைச்சிடுமே. அப்படிச் செஞ்சா நமக்குத் தான் அசிங்கம்னு அர்த்தெம் சொல்றார். ஆனா அசிங்கம் இவனைத் தெருவுல விடுறதில்ல, இப்படிப்பட்ட ஒரு நாட்டுப்புறத்தானை இப்படியான ஒரு வீட்டுக்குள்ள வச்சுட்டிருக்குறதுதான். இவன் இந்த வீட்டு வேலைகளை எப்பதான் கத்துக்குவானோ அந்த ஆண்டவனுக்குத்தான் தெரியும்' என்று நெத்தோ மண்டபத்தின் மூலையில் நின்று கொண்டிருந்த கிகோரைப் பார்த்தவாறே கோபத்தோடு விருந்தினரிடம் கூறினாள்.

'டேய்... வேலைக்கார கிறுக்கனே... ஐயாவோட கடைக்கு ஓடிப்

போய் இவங்களுக்கு சாப்பிட பழங்கள் எடுத்துட்டு வா' என்று நெத்தோ கிகோருக்குக் கேட்குமாறு கூறினாள். எஜமானி நெத்தோவின் கட்டளையைக் கேட்ட அந்தக் கணத்திலேயே கிகோர் பழங்களை எடுத்துக் கொண்டு வரவென அர்த்தெம் ஐயாவின் கடைக்கு ஓடிப் போனான்.

விருந்தினர்கள் மீண்டும் உரையாடத் தொடங்கியிருந்தார்கள். அவர்கள் அரை மணித்தியாலம் போல தொடர்ச்சியாக, அதையும், இதையும் என அனைத்தைப் பற்றியும் கதைத்துக் கொண்டிருந்தார்கள். அங்கிருந்த பெண்மணிகள் அந்த நகரத்தில் நடைபெறும் ஊர் வம்புகள் அனைத்தையும் நெத்தோவிடம் கூறிக் கொண்டிருந்தார்கள்.

அவ்வாறு கதைத்துக் கொண்டிருந்த வேளையில் கிகோர் பழக் கூடையொன்றுடன் மண்டபத்துக்குள் நுழைந்தான்.

'நான் பழங்களைக் கொண்டு வந்திருக்கேன் அம்மா' என்று கிகோர் கூறினான்.

'பார்த்தீங்களா? இவன் நம்ம பேச்சுக்கும் இடையூறு செஞ்சிட்டான்' என்று நெத்தோ விருந்தினர்களைப் பார்த்துக் கூறினாள். விருந்தினர்கள் அனைவரும் சிரித்தார்கள். அங்கிருந்த ஒரு பெண்மணி, மற்றொரு பெண்மணியின் காதில் எதையெதையோ முணுமுணுத்தாள்.

'அம்மா, செர்ரி பழத்தோட விலை கூடுதலா இருக்குறதால அதை எடுக்காதேன்னு அர்த்தெம் ஐயா சொன்னார்' என்று கிகோர் கூறியதுமே விருந்தினர்கள் அனைவரும் பலமாக சிரிக்கத் தொடங்கினார்கள். சில பெண்மணிகள் நெத்தோ காணாமல் இருக்க கைக்குட்டையால் வாயை மூடிக் கொண்டு சிரித்தார்கள். நெத்தோவின் முகம் வெட்கத்தால் சிவந்து போயிருந்தது. நெத்தோ வெட்கத்தால் கூனிக் குறுகிப் போயிருப்பதைக் கண்ட ஒரு பெண்மணி நெத்தோவை ஆற்றுப்படுத்த,

'இந்த நாட்கள்ல செர்ரியோட விலை அதிகம்தான்' என்றாள்.

இருந்தும் நெத்தோவின் மனதில் எழுந்த வெட்கம் அவளை விட்டும் அகலவில்லை. இந்த அவமானத்திலிருந்து மீண்டு வருவது எவ்வாறு என்று நெத்தோ கூந்தலின் நுனியை விரலில் சுருட்டிச் சுருட்டி யோசித்தாள்.

எப்படியாவது கிகோர் கூறிய வார்த்தைகளை சரி செய்ய வேண்டும். இல்லாவிட்டால் செர்ரி விலை அதிகம் என்பதால் வீட்டுக்கு வந்த விருந்தினர்களுக்கு கொடுத்து உபசரிக்கவில்லை என்ற கதை இன்னும் இரண்டு மூன்று நாட்களுக்குள் இந்த நகரத்தில் வசிக்கும் அனைவருக்கும் தெரிந்து விடும். நெத்தோ மிகுந்த கௌரவத்தோடு இந்த நகரத்தில் வாழ்ந்து வருவதால் இதனால் வரப் போகும் அவமானம் கொஞ்சநஞ்சமல்ல.

'என்னோட புருஷன் என்ன சொன்னார்னு அந்த ஆண்டவனுக்குத் தான் தெரியும். இந்த முட்டாளுக்கு அவர் சொன்னது சரியாக விளங்கியிருக்காதுன்னு நான் உறுதியா நம்புறேன்' என்று நெத்தோ மிகவும் சத்தமாக விருந்தினர்கள் அனைவருக்கும் கேட்கும்படியாக கூறினாள்.

'ஆண்டவன் மேல சத்தியமா, அம்மா. நான் சொல்றது உண்மைதான். அப்படித்தான் ஐயா என்கிட்ட சொன்னார்' என்று கிகோர் சத்தியம் செய்தான். அதைக் கேட்டு அங்கிருந்தவர்களது சிரிப்பு மேலும் அதிகரித்தது. நெத்தோவின் முகம் மேலும் சிவந்தது. அவள் வெட்கத்தோடு தலையைக் குனிந்து கொண்டாள்.

8

விருந்தினர்கள் புறப்பட்டுச் சென்றதுமே எஜமானி நெத்தோ கிகோரைத் திட்டத் தொடங்கி விட்டாள். வழமை போலவே கிகோரையும், அவனை வீட்டுக்கு அழைத்து வந்த பஸாஸ் அர்த்தெம்மையும் சபித்தாள். பழக் கூடையை கிகோர் மீது வீசியடித்தாள். கிகோர் ஓடிச் சென்று சமையலறையில் ஒளிந்து கொண்டான்.

'ஐயோ மகளே, இந்தச் சின்னப் பிள்ளையை இப்படியெல்லாம் ஏசாதே. இந்தப் பிள்ளை இன்னும் புதுசுதானே. போகப் போக கத்துப்பான். ஏன் இந்தளவுக்கு நீ இந்தப் பிள்ளையை வெறுக்கிறாய்?' என்று மருமகளின் சத்தத்தைக் கேட்ட அர்த்தெம்மின் தாய் கேட்டாள்.

'இதுவே போதும். இவன் புதுசுன்னா நீங்களும் போய் இவனோடு இருங்க. நான் இந்த வீட்டு அடிமை இல்லையே' என்று நெத்தோ தனது மாமியாரையும் திட்டினாள்.

'ஐயோ! ஆண்டவனே! நீ கூட என்னைச் சீக்கிரமா மறுலோகத்துக்கு எடுத்துக்க மாட்டேங்குறியே...' என்று, மருமகளின் ஏச்சால் மிகுந்த கவலைக்குள்ளான அர்த்தெம்மின் தாய் இரு கைகளையும் உயர்த்தி இறைவனிடம் முறையிட்டாள்.

எனினும் நெத்தோ அவளது ஏச்சுப் பேச்சுகளை நிறுத்தவேயில்லை. அவள் அர்த்தெம் வீட்டுக்கு வரும் வரைக்கும் தொடர்ச்சியாக இவ்வாறே அனைவரையும் சபித்தவாறு திட்டிக் கொண்டிருந்தாள்.

பஸாஸ் அர்த்தெம் அறைக்குள் அடியெடுத்து வைத்த காலடிச் சத்தம் காதில் விழுந்ததுமே நெத்தோ இன்னும் சத்தமாக ஓலமிட்டு அழத் தொடங்கினாள்.

'உங்களால காசு செலவழிச்சு ஒரு வேலைக்காரனைக் கூட்டிட்டு வர முடியலன்னா நானே அந்த வேலைகளையெல்லாம் செஞ்சுடறேன். இப்படிப்பட்ட ஒரு நாட்டுப்புறத்தானை வீட்டுல வச்சுக்குறதக் காட்டிலும் அது எனக்கு கௌரவமானது. எந் நாளும் என்னால இந்தக் கஷ்டத்தை அனுபவிக்க முடியாது...'

அர்த்தெம் அறை மத்தியிலேயே நின்று விட்டார்.

'ஏன்? என்னாச்சு?' என்று அவர் கேட்டார்.

'என்னாச்சு? நீங்கதான் இதுக்கெல்லாம் காரணம். நீங்கதான் குற்றவாளி. என்னை எல்லார் முன்னாலும் அவமானப்படுத்திட்டான் அந்தப் பையன்' என்று தொடங்கிய நெத்தோ, அர்த்தெம்மிடம் நடந்த அனைத்தையும் ஆரம்பம் முதல் இறுதி வரை சொன்னாள்.

'என்னது?' என்று அவளின் கதையைக் கேட்டு முடித்த அர்த்தெம்மின் விழிகள் மேலே நோக்கின.

'இவனை...' என்று அவர் கோபத்தால் கத்தினார்.

'ஐயோ !ஆண்டவனே!' என அங்கு நடைபெற்றுக் கொண்டிருந்த அனைத்தையும் பார்த்துக் கொண்டிருந்த வயதான தாய் எதுவும் செய்ய வழியற்றவளாக விம்மினாள்.

அர்த்தெம் கிகோரை அறைக்கு வருமாறு கூப்பிட்டார்.

கிகோரின் சிறிய இதயம் மிக வேகமாகத் துடிக்கத் தொடங்கியது. அவன் செய்த தவறு என்ன என்பது அவனுக்கு விளங்கவில்லை எனினும், ஏதோவொரு பெரிய அழிவொன்று நடைபெறப் போகிறது என்பதை அவன் உணர்ந்திருந்தான். அதன் காரணமாக அவனது தேகம் முழுவதும் நடுங்கிக் கொண்டிருந்தது. நடுங்கியவாறே கிகோர் மெதுவாக அந்த அறைக்குள் வந்தான்.

'பக்கத்துல வா' என்று, அறை வாசலருகே நின்று பார்த்துக் கொண்டிருந்த கிகோரைக் கண்ட அர்த்தெம் கோபப்பட்டுக் கத்தினார். கிகோர் ஒரு அடி கூட எடுத்து வைக்கவில்லை. அவன் பயத்தில் விறைத்துப் போய் அர்த்தெம்மையே பார்த்துக் கொண்டிருந்தான். பயத்தில் அவனது விழிகள் விரிந்திருந்தன. அவற்றிலிருந்து கண்ணீர் வழிந்து கொண்டிருந்தது.

'பக்கத்துல வான்னு சொன்னேன் நான் உனக்கு' என்று அர்த்தெம் மீண்டும் கத்தினார்.

கிகோர் காலைத் தூக்கி முன்னால் வைக்க முயற்சித்த போதிலும் அவனால் அதை அசைக்கக் கூட முடியவில்லை. பயத்தில் அவன் சிலையாகி விட்டிருந்தான்.

கிகோர் ஒரே இடத்திலேயே நின்று கொண்டிருப்பதைக் கண்ட அர்த்தெம்மின் கோபம் மேலும் அதிகரித்தது.

'முட்டாள் நாட்டுப்புறத்தானே... செர்ரி விலை அதிகம்னு நெத்தோக்கிட்ட போய் சொல்லுன்னு நான்தான் உங்கிட்ட சொன்னேன். நீ ஏன் அதை எல்லார் முன்னாடியும் சொன்னாய் எருமையே...?'

'நான்... நான்... நான் இந்த அம்மாக்கிட்டத்தான் சொன்னேன்' என்று கிகோர் உளறினான்.

அவனால் அவ்வளவுதான் சொல்ல முடிந்தது. அந்த வார்த்தைகளோடு பஸாஸ் அர்த்தெம்மின் கையால் பலத்த அறையொன்று கிகோரின் கன்னத்தைத் தாக்கியது. கிகோர் வீசப்பட்டுப் போய் பின்னாலிருந்த சுவரில் பட்டு அவ்விடத்திலேயே தரையில் விழுந்தான். அர்த்தெம், தரையில் விழுந்து கிடந்த கிகோரை, காட்டுப் பன்றியொன்றைப் போல, காலால் உதைத்துக் கொண்டேயிருந்தார். கிகோர் தனது கைகளிரண்டாலும் தலையை மறைத்துக் கொண்டு தரையில் சுருண்டுகொண்டு அர்த்தெம்மின் கால்களால் வெளிப்படும் உதைகளைத் தாங்கிக் கொண்டிருந்தான்.

'செர்ரி விலை கூடவா? செர்ரி விலை கூடவா? முட்டாள் நாயே, செர்ரி விலை கூடவா?' என்று கேட்டுக் கேட்டு அர்த்தெம் கிகோரை உதைத்துக் கொண்டிருந்தார்.

கிகோருக்கு அவனது அம்மா நினைவுக்கு வந்தாள். கைகளிரண்டாலும் முகத்தைப் பொத்திக் கொண்டவன் அம்மாவை நினைத்துக் கொண்டான்.

'அம்மா... அம்மா...'

அடி வாங்கியபோது அவனது வாயிலிருந்து வெளியேறிய வார்த்தை அது மாத்திரம்தான்.

இந்த ஓசையைக் கேட்டுக் கொண்டிருந்த அந்த வீட்டிலிருந்த பிள்ளைகள் அழத் தொடங்கினார்கள். எஜமானி நெத்தோ அவனைப் பார்த்து 'நல்லா வேணும் உனக்கு' என்று கூறியவாறு தலையைத் திருப்பிக் கொண்டாள். இருந்த போதிலும், மூதாட்டி வந்து மிகுந்த சிரமத்தோடு கிகோரை அர்த்தெம்மிடமிருந்து காப்பாற்றி மீட்டெடுத்து சமையலறைக்கு அழைத்துச் சென்றாள்.

9

இந்த நிகழ்வின் பின்னர், கிகோர் வீட்டு வேலைகளுக்கு சரிப்பட்டு வர மாட்டான் என்று கூறிய அர்த்தெம் அவனை கடைக்கு வேலைக்கென அழைத்துச் சென்றார்.

வீட்டு வேலைகளை விடவும் கடை வேலைகள் சிரமமாக இருந்தன. எனினும், கடைத் திண்ணையில் நிறைய ஆட்கள் இருந்ததாலும், ஒவ்வொரு நாளும் புதிது புதிதான விடயங்கள் நடைபெற்றுக் கொண்டிருந்ததாலும் கிகோர் கடை வேலைகளை உற்சாகமாக செய்து வந்தான்.

கிகோர் செய்வதற்கென்றே நிறைய வேலைகளை அர்த்தெம் பணித்து வந்தார்.

அவற்றுள், சரியாக மதிய உணவு நேரத்தில் அர்த்தெம்முக்கும், கடையிலிருந்த ஏனைய பணியாளர்களுக்கும் வீட்டில் சமைத்துத் தரும் உணவை எடுத்துக் கொண்டு வந்து தருவது பிரதானமாக இருந்தது. கடையின் முன்னால் நின்று கொண்டு அங்கு நடமாடும் ஆட்களின் காதில் விழும்படியாக 'இந்தக் கடைக்கு சாமான் வாங்க வாருங்கள்' என்று சத்தமாகக் கத்திக் கூப்பிடுவதும் அவனது மற்றுமொரு வேலையாக இருந்தது.

கிகோரைக் குட்டிக் குட்டி அந்த வேலையை எவ்வாறு சரியாகச் செய்வது என்று ஏனைய இரு பையன்களும் அவனுக்குக் கற்பித்துக் கொடுத்தார்கள். தொண்டை வற்றி இரத்தம் கசிந்தாலும் அந்தி வேளையாகும் வரைக்கும் கூட அவ்வாறு கத்துவதை அவன் நிறுத்த அனுமதிக்கப்படவில்லை.

கடைக்கு பொருட்கள் வாங்க வருபவர்களுக்கு, அவர்கள் வாங்கிய பொருட்களை அவர்களது வீடுகளுக்கே சுமந்து சென்று கொடுத்து விட்டு வருவது அவனது மற்றுமொரு பிரதான வேலையாக இருந்தது.

அர்த்தெம்மின் கடையில் அதிகமாக விற்பது தரையில் விரிக்கும் பெரிய கம்பளங்கள் என்பதால், அவற்றைச் சுருட்டி தோளில் வைத்துச் சுமந்து கொண்டு கடையிலிருந்தும், நகரத்திலிருந்தும் வெகு தொலைவிலிருக்கும் பிரதேசங்களுக்கு நடந்து செல்லக் கூட கிகோருக்கு சில நாட்கள் நேர்ந்திருக்கிறது.

ஒரு நாள், கிகோர் கடைக்கு பகலுணவை எடுத்துக் கொண்டு நடந்து வந்து கொண்டிருந்தான். அவனது பெரிய காலணிகளின் காரணமாக அவனுக்கு நடக்கவும் சிரமமாக இருந்தது. உணவுப் பொதியையும் தோளில் சுமந்து கொண்டு கூரா கங்கை பாலத்தின் மீது வந்து கொண்டிருக்கும்போது மீன் பிடிக்கும் பச்சை நிறப் படகொன்று கரையோரமாக மிதந்து கொண்டிருப்பதைக் கண்டான். அவன் பாலத்தின் ஓரமாக வந்து எட்டிப் பார்த்தான். அந்தப் படகில் மீனவர்கள் இருவர் இருந்தார்கள். ஒருவன் மீன் பிடிக்க வலை வீசும்போது, மற்றவன் படகைத் திருப்பிக் கொண்டிருந்தான். பிறகு வலையை வீசி விட்டு இருவரும் சற்று நேரம் காத்திருந்தார்கள். கிகோர் அதைப் பார்த்துக் கொண்டிருந்தான்.

'இப்ப அவங்க வலையை வெளியே எடுப்பாங்க' என்று கிகோர் முணுமுணுத்தான். மீனவன் வலையை படகுக்கு இழுத்தெடுத்தான்.

எனினும் அதில் ஒரு மீன் கூட இருக்கவில்லை. வலையை உதறிய அவன் மீண்டும் அதை நீரில் எறிந்தான்.

'நான் அதிர்ஷ்டசாலின்னா இந்தத் தடவை வலையில மீன் கிடைக்கும்' என்று கிகோர் தன்னிடமே கூறிக் கொண்டான்.

மீனவன் வலையை படகுக்கு இழுத்தெடுத்தான். ஆனால் அதிலும் மீன் எதுவுமேயில்லை. அவன் மீண்டும் வலையை கங்கையில் எறிந்தான்.

'இந்தத் தடவை என்னோட தங்கச்சி ஜெனீயோட அதிர்ஷ்டம்' என்று கிகோர் மீண்டும் முணுமுணுத்தான்.

இருந்த போதிலும், இந்தத் தடவையும் வலையில் மீன் எதுவுமே அகப்பட்டிருக்கவில்லை.

'இந்தத் தடவை என்னோட தம்பி கெலோவோட அதிர்ஷ்டம்' என்றான்.

கெலோவுக்கும் அதிர்ஷ்டம் இருக்கவில்லை. இந்தத் தடவையும் வலையில் எதுவும் அகப்படவில்லை.

'இந்தத் தடவை...' என்று கிகோர் யோசிக்க ஆரம்பிக்கும்போதே அவனுக்குப் பின்னாலிருந்து சத்தமொன்று கேட்டது.

அவன் பின்னால் திரும்பிப் பார்த்தான். பெர்சிய இனத்தவர் ஒருவர் குரங்கொன்றை வைத்துக் கொண்டு, அதனை ஆட்டுவித்துக் கொண்டிருப்பதை அவன் கண்டான். மக்கள் அனைவரும் அவ்விடத்தில் சூழ்ந்து நின்று பார்த்துக் கொண்டிருந்தார்கள்.

'குரங்கே இங்கு வா! குரங்கே,

தூணைப் போல கழுத்துயர்த்திக் காண்பி - கிழக்

கூனன் போல முதுகைக் குனித்து வளைத்து - இள

ஆணைப் போல ஆடிக் காண்பி'

இந்தச் சத்தம் காதில் விழுந்ததுமே அதைப் பார்க்க கிகோருக்குள் பலத்த ஆசை தோன்றியது. அவன் இதற்கு முன்பு குரங்காட்டத்தை ஒருபோதும் கண்டதேயில்லை. கிகோர் வேகமாக தெருவைக் கடந்து குரங்காட்டும் இடத்துக்கு ஓடிப் போனான். எனினும், அவ் வேளையில் அந்த இடம் ஆட்களால் நிறைந்திருந்த காரணத்தால் கிகோருக்கு எதுவுமே தென்படவில்லை. அத்தோடு அங்கு குழுமியிருந்தவர்கள் அனைவருமே மிகவும் உயரமானவர்கள். கிகோர் அவனது கையிலிருந்த உணவுப் பொதியையும் தன்னோடு அணைத்துப் பிடித்தவாறே கூட்டத்தின் இடையே நுழைந்து செல்ல முற்பட்டான்.

'ஏய் சின்னப் பயலே, நீ என்னையும் தள்ளிக் கொண்டு எங்கே போறாய்? ஓடிப் போடா இங்கிருந்து' என்று கூட்டத்தினிடையே இருந்த இளைஞன் ஒருவன் கிகோரைப் பிடித்திழுத்து வெளியே தள்ளி விட்டான். கிகோர் வீசிப்பட்டுப் போய் தரையில் விழுந்தான். கடைக்கு உணவைக் கொண்டு போய்க் கொடுக்க வேண்டும் என்பது அப்போதுதான் அவனுக்கு ஞாபகம் வந்தது. கடைசியில் குரங்காட்டம் பார்க்கும் ஆசையைக் கைவிட்ட கிகோர் உணவை எடுத்துக் கொண்டு அர்த்தெம்மின் கடைக்குச் செல்லப் புறப்பட்டான்.

இதனிடையே பஸாஸ் அர்த்தெம், கிகோர் உணவைக் கொண்டு வரும் வரைக்கும் பார்த்துக் கொண்டிருந்தார். மதிய உணவு நேரமும் கடந்து போயிருந்ததால் அர்த்தெம் கடும் கோபத்தில் இருந்தார்.

'இந்தச் சனியனை இன்னும் காணல.'

அர்த்தெம் கிகோரைத் திட்டியவாறே கடைத் திண்ணைக்கு வந்து தெருவைப் பார்த்தார். எனினும் கிகோர் தென்படவில்லை.

கிகோர் கடைக்கு வந்து சேர்ந்ததுமே பஸாஸ் அர்த்தெம் கிகோரைத் திட்டத் தொடங்கி விட்டார்.

'நீ எங்கேயடா தொலைஞ்சு போனாய்... நேரத்துக்கு சாப்பாட்டை எடுத்துட்டு வரணும்னு உனக்குத் தெரியாதா?' என்று கேட்டவாறே அர்த்தெம் கிகோரின் கையிலிருந்த உணவுப் பொதியைப் பறித்தெடுத்துக் கொண்டு கடைக்கு வெளியே அவனைத் தள்ளிவிட்டுக் கூறினார்.

'இன்னிக்கு வீட்டுக்கு வா... உன்னைப் பார்த்துக்குறேன்.'

10

வீட்டை அடைந்த கிகோர் சமையலறையில் இருந்த கட்டிலின் மீது தன்னை ஒடுக்கிக் கொண்டு அமர்ந்திருந்தான். அவனுக்கு அர்த்தெம் அவனைத் தள்ளி விட்டமை நினைவுக்கு வந்தது. முன்பொரு தினம் அர்த்தெம் அவனை உதைத்த உதைகள் நினைவுக்கு வந்தன. அர்த்தெம்மிடம் இருந்து கன்னத்தில் அறை வாங்கிய தடங்கள் பதிந்து முகம் இப்போதும் சிவந்து போயிருந்தது. அவை இப்போதும் பெரும் வலியைத் தந்தன. நெத்தோவின் திட்டல்களும் மீண்டும் காதுகளில் கேட்கத் தொடங்கின.

கிகோர் கட்டிலின் மீது சுருண்டு கொண்டு அவை அனைத்தையும் மறக்க முயற்சித்துக் கொண்டிருந்தான். அவன் அம்மாவை நினைத்துப் பார்த்தான். அம்மாவை நினைத்துக் கொண்டால் தான் அடி வாங்கிய விதங்களை மறந்து விடலாம் என அவனுக்குத் தோன்றியது. அவன் ஜெனீயை நினைத்துக் கொண்டான். கெலோவை நினைத்துக் கொண்டான். கிராமத்திலிருந்த அவனது நண்பர்களை நினைத்துக் கொண்டான். இருந்த போதிலும், அவை எவற்றாலும் அர்த்தெம் அவனை உதைத்த உதைகளை அவனால் மறந்து விட முடியவில்லை.

இவை அனைத்தையும் விட அவனது மனதில் மற்றுமொரு பேரச்சம் உதித்திருந்தது. அன்றைய தினம் மதிய உணவை எடுத்துச் செல்லத்

தாமதித்ததால் அர்த்தெம் வீட்டுக்கு வந்ததும் மீண்டும் அவனை அடிப்பார் என்று அவன் மிகுந்த பயத்தோடு காத்திருந்தான்.

அந்த வேளையில், விசிலடித்தவாறே வஸ்ஸோ சமையலறைக்கு வந்தான். வஸ்ஸோ, அர்த்தெம்மின் கடையில் பணி புரியும் இளைஞன் ஒருவன். சமையலறைக்கு வந்த வஸ்ஸோ, கட்டிலின் மீது சுருண்டு கொண்டிருந்த கிகோரைப் பார்த்தான்.

‘நீ இன்னிக்கு பகல், மேயரையா சந்திக்கப் போயிருந்தாய்? இல்லேன்னா திப்லிஸ்ல முக்கியமான மாநாடொண்ணுக்குப் போயிருந்தியா? ஏன் நீ இன்னிக்கு சாப்பாடு எடுத்துட்டு வர தாமதித்தாய்?’

கிகோர் தலையை உயர்த்தாமல் தரையையே பார்த்துக்கொண்டிருந்தான்.

‘வாயைத் திறந்து பேசடா‘ என்று வஸ்ஸோ கத்தினான்.

எனினும் கிகோர் ஒரு வார்த்தை கூட பேசவில்லை.

‘டேய், நான் உன்கிட்டத்தான் பேசிட்டிருக்கேன். கேட்குதா உனக்கு? நீ இன்னிக்கு எங்கே போயிருந்தாய்? எங்களைப் பசியில போட்டுக் கொல்றதுதானா உனக்குத் தேவைப்படுது?’

கேள்வி கேட்டவாறே வஸ்ஸோ கிகோரைக் குட்டத் தொடங்கினான். கிகோர் கைகளிரண்டாலும் தலையை மறைத்துக் கொண்டு சுவர்ப்பக்கமாக திரும்பிக் கொண்டான். வஸ்ஸோ திரும்பவும் கிகோரைக் குட்ட கையை உயர்த்தினான். அப்போது பஸாஸ் அர்த்தெம் வீட்டுக்கு வரும் சத்தம் அவனுக்குக் கேட்டது.

‘இப்ப பாரு, பஸாஸ் அர்த்தெம்கிட்ட இருந்து நீ இன்னிக்கு நல்லா வாங்கிக் கட்டிக்கப் போறாய்’ என்று கூறிய வஸ்ஸோ ,அர்த்தெம்மை சந்திக்க விறாந்தைக்குப் போனான்.

'இவங்க இப்ப என்னைக் கொன்னுடுவாங்க' என்று கிகோருக்குத் தோன்றியது.

எனினும், அதிர்ஷ்டவசமாக அன்று அர்த்தெம் சமையலறைக்கு வரவோ, கிகோரை அடிக்கவோ இல்லை. எனினும் அதற்குப் பதிலாக கிகோருக்கு எதையும் சாப்பிடக் கொடுக்கக் கூடாது என்று அர்த்தெம் அவரது அம்மாவிடமும், நெத்தோவிடமும் உத்தரவிட்டிருந்தார்.

'ஆனா இவ்வளவு நடந்தும் நீங்க ஏன் இன்னும் அவனை வீட்டுல வச்சுட்டிருக்கீங்க? அந்த சனியனை வீட்டுல இருந்து துரத்தி விடுங்க. அப்பதான் அவன் எங்கேயாவது தொலைஞ்சு போவான்' என்று நெத்தோ அர்த்தெம்மிடம் கூறுவது கிகோருக்குக் கேட்டது.

அர்த்தெம் கொடுத்த சம்பளப் பணத்தைப் பெற்றுக் கொண்ட வஸ்ஸோ இரவுணவை சாப்பிட திரும்பவும் சமையலறைக்கு வந்தான். கிகோர் கட்டிலில் சுருண்டு படுத்துக் கொண்டிருந்தான். வஸ்ஸோ உணவருந்தத் தொடங்கியதுமே அது தென்படாதிருக்க கிகோர் போர்வையால் தலையையும் மூடிக் கொண்டு சுவர்ப்பக்கமாக திரும்பிக் கொண்டான். உணவுகளிலிருந்து எழுந்த வாசனையில் அவன் பசியை உணர்ந்தான். வாசனையை உணராதிருக்க அவன் போர்வையால் மூக்கையும் பொத்திக் கொண்டான்.

கிகோரின் கண்களிலிருந்து கண்ணீர் வழிந்து கொண்டிருந்தது.

'எனக்குப் பசிக்குது, ஆண்டவனே' என்று கிகோர் முணுமுணுத்தான்.

தொடர்ந்து, வஸ்ஸோ கிகோரை அழைப்பது கிகோருக்குக் கேட்டது.

'டேய் பையா, உனக்குப் பசிக்குதா?' என்று கிகோரிடம் கேட்டான்.

கிகோர் எதுவும் பேசவில்லை.

சற்று நேரத்தில் வஸ்ஸோ ரொட்டியொன்றினுள்ளே பாலாடைத் துண்டொன்று வைத்துச் சுருட்டி எடுத்துக் கொண்டு வந்து கிகோரிடம் தந்தான்.

'யாரும் காணாம இதை சாப்பிடு' என்றான். கிகோர் ரொட்டியைக் கையில் வாங்கிக் கொண்டு போர்வையால் முகத்தை மூடி மிக வேகமாக அதை சாப்பிட்டு முடித்தான்.

'எனக்கு ரொட்டியை அளித்ததற்கு எல்லாப் புகழும் இறைவனுக்கே. வஸ்ஸோவுக்கும் நன்றி' என்று கிகோர் மெதுவாக முணுமுணுத்தான்.

சிறியதொரு ரொட்டித் துண்டால் அவனது வயிறு நிரம்பியிருந்தது. அவன் சந்தோஷமாக உறங்கிப் போனான்.

11

மறுநாள் காலை வேளையில் கிகோர் கடைக்குப் போனதுமே அவனுடனிருந்த கோபத்தின் காரணமாக அர்த்தெம், கிகோரை கடைக்கு வெளியே வேலைகளைச் செய்யப் பணித்தார். தெருவில் நடமாடுபவர்களைக் கடைக்குக் கத்திக் கூப்பிடுவதே அவனது வேலையாக இருந்தது.

'கத்து, சத்தமாகக் கத்திக் கூப்பிடு' என்று அர்த்தெம் கிகோரிடம் கூறினார்.

கிகோர் அவனால் முடிந்தளவுக்கு சத்தமாகக் கத்தி ஆட்களை அழைத்துக் கொண்டிருந்தான். மணித்தியாலக் கணக்காகக் கத்திக் கத்திக் களைத்துப் போனதும் கிகோர் கடை சுவரில் சாய்ந்து சற்று ஓய்வெடுத்தான். எனினும் அவ்வாறு ஓய்வெடுக்கும் ஒவ்வொரு தடவையும் அர்த்தெம் கிகோரை திட்டிக் கொண்டிருந்தார்.

'உன்னோட வாயில என்ன அடைச்சிருக்கு? கத்துடா... உன்னால இந்த வேலையைக் கூட ஒழுங்காச் செய்ய முடியாதா சனியனே?!'

அர்த்தெம் திட்டும்போது கிகோர் மீண்டும் தெருவில் இறங்கி ஆட்களைக் கூப்பிடத் தொடங்கினான்.

‘வாங்க! வாங்க! நல்ல நல்ல சாமான்கள் எல்லாம் இந்தக் கடையிலதான் இருக்கு. ஒரு தடவை வந்து பாருங்க.’

அர்த்தெம் கடையின் உள்ளே செல்லும் வரைக்கும் காத்திருந்த, கடையில் எடுபிடி வேலைகளைச் செய்யும் பையன் வந்து கிகோரிடம்,

‘கிகோர், இப்படி சத்தம் போட்டு சரி வராது. ஆட்கள் நடந்து கொண்டிருக்கும்போது அவங்களோட கையைப் பிடிச்சு இழுத்துக்கிட்டு கடைக்கு கூட்டிட்டு வா. அப்போதான் அர்த்தெம் உனக்கு சாப்பாடு கொடுப்பார். இல்லன்னா இன்னிக்கும் உனக்கு சாப்பிட எதுவும் கிடைக்காது’ என்றான்.

அந்தக் கணத்திலிருந்து சிறுவனான கிகோர் அந்தத் தெருவில் வருபவர்களின் கையைப் பிடித்திழுக்கத் தொடங்கினான். அவர்களைக் கடைக்குக் கூட்டிக் கொண்டு வர முயற்சித்தான்.

‘வாங்க, வாங்க !நம்ம கடைக்கு வாங்க!’ என்று கிகோர் அவர்களிடம் கெஞ்சிக் கேட்டான்.

சிலர் கிகோரைத் தள்ளி விட்டார்கள். பெண்களின் கையைப் பிடித்து இழுத்த வேளையில் அவர்கள் கிகோரை ‘பொறுக்கி’ என்று திட்டினார்கள்.

கடையில் எடுபிடி வேலை செய்யும் பையன், கிகோர் ஆட்களின் கைகளைப் பிடித்திழுப்பதை அர்த்தெம்மிடம் காட்டிச் சிரித்தான்.

அர்த்தெம் அதைக் கண்டு ‘கிறுக்கன் இவன்’ என்று கூறியவாறே, அவர்களுடன் சேர்ந்து கொண்டு கிகோரைப் பார்த்து சிரிக்கத் தொடங்கினார்.

உணவேதும் கிடைக்காது என்ற பயத்தின் காரணமாக கிகோர் அவனால் இயன்றளவு கத்தியவாறு, ஆட்களின் கையைப் பிடித்திழுத்து கடைக்குக் கூட்டி வர முயற்சித்துக் கொண்டிருந்தான்.

12

ஒரு நாள் கிகோர் தெருவில் ஆட்களைக் கூப்பிட்டுக் கொண்டிருந்த வேளையில் அவனது கிராமத்தைச் சேர்ந்த இருவர் தெருவில் நடந்து வந்து கொண்டிருப்பதைக் கண்டான். கிகோர் ஓடிப் போய் இரு கைகளாலும் அவர்களை அரவணைத்துக் கொண்டான்.

'ஓ..! பையா... என்னால உன்னை அடையாளம் காணவே முடியல' என்று வியப்புக்குள்ளாகி கிகோரையே பார்த்தவாறு அந்தக் கிராமத்து நபர் கூறினார்.

'பெகோ, இது யார்னு உனக்குத் தெரியுமா?' என்று தன்னுடன் இருந்த மற்றக் கிராமத்தவரிடம் அவர் கேட்டார்.

'இவனோட பெரிய கண்களை வச்சே நான் கண்டுபிடிச்சிட்டேன்' என்று அவரும் சிரித்தவாறே கூறினார்.

ஊரிலிருந்து வந்ததன் பிறகு கிகோர் நன்றாக மாறிப் போயிருந்தான். அவன் நன்றாக மெலிந்து வாடி வதங்கிப் போயிருந்தான். அவன் அணிந்து கொண்டிருந்த ஆடைகள் அவனது உடலை விடவும் பெரியவை என்பதனால் அவனது உருவம் கூட அடையாளம் காண முடியாத அளவுக்கு மாறிப் போயிருந்தது.

‘நீ இப்ப ஒரு நகரத்துப் பையனாகவே மாறிட்டாய் கிகோர். பாரேன் பெகோ, இவன் இப்போ நகரத்து சீமான்கள் போல ஆகிட்டான்ல’ என்று ஒரு கிராமத்தவர் கிகோரின் ஆடைகளைப் பார்த்தவாறு மற்றவரிடம் கூறினார்.

‘அப்படீன்னா, ஹம்போ அவரோட மகனை நகரத்துச் சீமானா ஆக்கிட்டார். ஆனா நம்ம வீட்டுல இருக்குற பசங்க, அதுங்க இப்பவும் ஊர்ல வயல் உழுதுட்டுக் கிடக்காங்க’ என்று மற்றவர் வாயைக் கோணலாக்கி மிகவும் வருத்தத்தோடு கூறினார்.

அவர்கள் இவ்வாறு கிகோரைக் குறித்து மிகவும் மதிப்பாகக் கதைக்கையில் கிகோர் அவனது மனதிலிருந்த கேள்விகள் அனைத்தையும் கேட்கத் தொடங்கினான்.

‘என்னோட அம்மா எப்படியிருக்கா? ஜெனீ எப்படியிருக்கா? கெலோ எப்படியிருக்கான்? ஏன் அப்பா வரல? நம்ம பசுமாடு ஷாகிக் குட்டி போட்டுடுச்சா?’

கிகோர் ஒரே தடவையில் பல கேள்விகளைக் கேட்டான். தனது ஊராரை வெகுகாலத்திற்குப் பிறகு சந்தித்திருப்பதால் அவன் மிகவும் மகிழ்ச்சியாகக் காணப்பட்டான்.

அவனது வதனம் சந்தோஷத்தால் பூரித்திருந்தது.

‘அவங்க எல்லாருமே நல்லா இருக்காங்க கிகோர். உன்னை அன்பா விசாரிச்சதா சொல்லச் சொன்னாங்க’ என்று ஒருவர் கூறினார்.

‘அப்படீன்னா ஏன் அப்பா என்னைப் பார்க்க வரல?’

‘அவர் எப்படி வருவார் கிகோர்? வீட்டுல இருக்குற ஒரே ஆம்பிளை அவர்தானே. அவருக்கு செய்றதுக்கு எவ்வளவோ வேலைகளிருக்கு அங்க.’

‘அம்மாவும், அப்பாவும் எனக்கு எதுவுமே கொடுத்தனுப்பலையா?’

‘அவங்க என்னதான் அனுப்புறது? இந்த வருஷம் அறுவடையும் ரொம்பக் குறைவு. ஊர்ல எல்லாருமே ரொம்பக் கஷ்டத்தோடுதான் வாழ்றாங்க. அப்படியிருக்கும்போது அந்த எளிய ஹம்போ, உன்னோட அப்பா என்னதான் அனுப்புறது கிகோர்? இப்போ நகரத்துல நீ பெரிய மனுஷனா ஆகிட்டதால நீதான் அவங்க எல்லாருக்கும் ஏதாவது அனுப்பி வைக்கணும்‘ என்று அந்தக் கிராமத்தவர் தனது கரைபடிந்த பற்களைக் காட்டிப் புன்னகைத்தவாறே கூறினார்.

‘இங்க பாரு கிகோர், நீ நகரத்துக்கு வந்து அழகான உடுப்பெல்லாம் உடுத்துக்கிட்டு கடையொண்ணுல வேலை செய்றாய். நிறைய காசும் உன்னோட கையில புழங்கிட்டிருக்கும். ஆனா உன்னோட அம்மா, அப்பா எல்லாரும் ஊர்ல ரொம்பக் கஷ்டப்பட்டுட்டிருக்காங்க. அவங்களுக்கு இப்போ காசுதான் தேவை. அவங்களோட கையில இந்த நாட்கள்ல ஒரு சதம் கூட காசில்ல.‘

கிராமத்தவர்களின் பேச்சால் கிகோர் மிகவும் கவலைக்குள்ளானான். காரணம் வீட்டுக்குக் கொடுத்தனுப்ப அவனிடமும் ஒரு சதம் கூட காசிருக்கவில்லை.

‘எப்படி காசு கொடுத்தனுப்புறது? எனக்கு ஒரு சதம் கூட கிடைக்கல‘ என்று கிகோர் மிகுந்த கவலையோடு கூறினான்.

‘ஹ்ம்... அதுவும் அப்படியா?’ என்று கிராமத்தவர்கள் இருவரும் பெருமூச்சு விட்டார்கள்.

‘கிகோர் உன்னோட வீட்டுல இருந்த ஷாகிக் பசுமாடு செத்துப் போயிடுச்சு. அதனால உன்னோட அம்மா ரொம்பக் கவலையில இருக்கா. இப்ப அவங்களுக்கு வாழ்றதுக்கே வழியில்லாத நிலைமை. நீ அதையும் புரிஞ்சுக்கிட்டு நல்லா வேலை செய்’

'எனக்கு வீட்டுக்குப் போகணும்' என்று கிகோர் கவலையோடு கூறினான்.

எனினும், அந்த வார்த்தைகளைக் கேட்டு கிராமத்தவர்கள் இருவரும் கோபப்பட்டார்கள்.

அவர்கள் இருவரும் மிகுந்த கோபத்தோடு கடிந்து கொள்ளும் முகத் தோற்றத்தில் கிகோரிடம் கூறினார்கள்.

'என்ன பேசுற நீ, கிகோர்? நீ இப்ப பெரிய ஆளாகிட்டாய்னுதான் நாங்க நெனச்சோம். இது என்ன ஒரு அர்த்தமுமில்லாத பேச்சு? பாரு உன்னோட உடுப்புகளை... பாரு உன்னோட தொழிலை... நீ இப்ப ஒரு கிராமத்துப் பையன் இல்ல. அதை ஞாபகம் வச்சுக்கோ. நீ இந்த நகரத்துலதான் இருக்கணும். உன்னால முடியும்னா நம்ம பசங்களுக்கும் தொழிலொண்ணு தேடிக் கொடு. அவங்க காசு சம்பாதிக்க வழியொண்ணு கிடைக்காம கிராமத்துல தவிச்சிட்டிருக்காங்க.'

'எனக்கு அம்மாவைப் பார்க்கணும்' என்று கிகோர் மீண்டும் கூறினான்.

எனினும் கிராமத்தவர்கள் கிகோரை ஊருக்கு அழைத்துச் செல்ல ஒருபோதும் சம்மதிக்கவேயில்லை.

'அட்டையைத் தூக்கி மெத்தையில் வச்சாலும் அது திரும்பவும் குப்பைக்குத்தான் போகப் பார்க்கும். நீயும் அப்படிப்பட்ட முட்டாள்ல ஒருத்தன் கிகோர்' என்று கூறிய கிராமத்தவர்கள் இருவரும் மிகுந்த மன வருத்தத்தோடு அங்கிருந்து புறப்பட்டுச் சென்றார்கள். அவர்கள் புறப்படும் வேளையில்,

'உன்னோட அப்பா இதை உங்கிட்ட தரச் சொல்லித் தந்தார்' என்று ஹம்போ கொடுத்து விட்டிருந்த கடிதமொன்றை கிகோரின் கையில் கொடுத்தார்கள்.

அவர்கள் போனதற்குப் பிறகு கிகோர் ஒரு மூலைக்குப் போய் அப்பா கொடுத்தனுப்பியிருந்த கடிதத்தை வாசிக்கத் தொடங்கினான்.

திப்லிஸ் நகரத்தில்

எனது மகன் கிகோருக்கு,

நாங்கள் நன்றாக இருக்கிறோம். நீயும் நன்றாக இருப்பாய் என்று நினைக்கிறோம். இறைவன் உன்னைக் காக்கட்டும்.

அம்மா, ஜெனீ, மொஸ்ஸி, மிகீச், கெலோ எல்லோரும் உன்னை அன்போடு விசாரிக்கிறார்கள்.

கிகோர், இப்போது இங்கு அனைத்துக்கும் கஷ்டமாக இருக்கிறது. நாங்கள் மிகவும் கஷ்டப்படுகிறோம். கொடுத்துத் தீர்க்க வேண்டிய கடன்கள் நிறைய இருக்கின்றன. அவற்றைக் கொடுத்துத் தீர்க்க எம்மிடம் ஒரு சதம் கூட இல்லை.

உன்னுடைய அம்மாவும், ஜெனீயும் மானத்தை மறைக்க வழியில்லாமல் கந்தல் துணிகளால் உடம்புகளை மறைத்துக் கொண்டிருக்கிறார்கள். ஒழுங்கான உடுப்பொன்றை வாங்கிக் கொள்ளவாவது ஒரு சதம் கூட காசில்லை. என்னுடைய அன்பு மகனே, உன்னிடமிருந்தால் எவ்வளவாவது அனுப்பி வைக்கவும்.

மாட்டுக் குடிலின் கூரை உடைந்து விழுந்து ஷாகிக் செத்துப் போய்விட்டது. இங்கு இருக்குற கஷ்டங்களைப் பார்க்கும்போது எனக்கும் செத்துப் போகத் தோன்றுகிறது. உனக்கு நன்மை கிடைக்கும். எமக்கு எவ்வளவாவது அனுப்பிவை.

அப்பாவின் கடிதத்தை வாசித்துக் கொண்டிருந்த வேளையில், அவனுக்கு இதயம் வேகமாக துடிக்கத் தொடங்கியது. அவனது கண்கள் கண்ணீரால் நிறைந்திருந்தன. அந்தக் கடிதத்திலிருந்த அனைத்து வசனங்களும் மனதைத் தைத்தன.

பஸாஸ் அர்த்தெம் கத்தும் சத்தம் அவனுக்கு திடீரென்று கேட்டது.

'கிகோர் எங்கே தொலைஞ்சு போயிட்டாய் நீ? ஆட்களைக் கூப்பிடுடா.'

கிகோர் கடிதத்தை சட்டைப் பையில் வைத்துக் கொண்டான். விரைவாக கடைக்கு முன்னால் ஓடிப் போய் ஆட்களைக் கூப்பிடத் தொடங்கினான்.

'இங்க வாங்க.. இந்தக் கடைக்கு வாங்க...'

அவன் கடைக்கு முன்னால் நின்று கொண்டு கத்திக் கொண்டிருந்தான். எனினும் அப்பாவின் வசனங்களால் அவனது இதயம் கனத்துப் போயிருந்தது.

'அம்மாவும், ஜெனீயும் மானத்தை மறைக்க வழியில்லாமல் கந்தல் துணிகளால் உடம்புகளை மறைத்துக் கொண்டிருக்கிறார்கள். ஒழுங்கான உடுப்பொன்றை வாங்கிக் கொள்ளவாவது ஒரு சதம் கூட காசில்லை.'

அந்த வசனங்கள் அவனது சிறிய இதயத்துக்குள் ஆழமாக ஊடுருவியிருந்தது. ஆட்களைக் கூப்பிட்டுக் கொண்டிருக்கும்போதே அவனது கண்களிலிருந்து கண்ணீர் வழிந்தோடிக் கொண்டிருந்தது.

13

இவ்வாறு சில மாதங்கள் கடந்து போயின. கிகோர் அவனது குடும்பத்தினைக் குறித்து அடிக்கடி சிந்தித்துப் பார்த்தான். அவர்களுக்கு எவ்வித உதவியும் செய்ய இயலாதிருப்பது குறித்து வருந்தினான். அந்த யோசனையே அவனை மிகவும் பலவீனமாக ஆக்கியது.

அப்பாவின் கையில் ஒரு சதம் கூட இல்லாத நிலைமையில், அப்பா அவனிடம் உதவி கோரிய சமயத்தில் குடும்பத்தின் தலைமகனாக, அவர்களுக்கு உதவி செய்ய முடியாமல் போனதையிட்டு சிறுவனான கிகோர் மிகவும் கவலைப்பட்டுக் கொண்டிருந்தான்.

எனினும் அவன் அவனால் இயலுமான விதத்தில், தெருவிலும், அர்த்தெம்மின் கடையிலும் கீழே விழுந்து கிடக்கும் பொத்தான்கள், ரிப்பன் துண்டுகள், மணிகள் போன்றவற்றை சிறியதொரு கைக்குட்டையில் சேகரித்து வந்தான்.

'எப்போதாவது நான் இவற்றை ஜெனீக்கு கொடுப்பேன்' என்று கிகோர் எண்ணியிருந்தான்.

14

கொஞ்சம் கொஞ்சமாக நாட்கள் கடந்து போய் வாழ்க்கையில் துரதிஷ்டமான காலம் உதித்தது. அதுதான் குளிர்காலம். கடுமையான குளிர் மொத்த திப்லிஸ் நகரத்தையும் அரவணைத்துக் கொண்டது. வெண்பனியால் முழு நகரமுமே மூடுண்டிருந்தது. தெருவில் இறங்கி நடக்க முடியாத அளவுக்கு குளிர் காற்று அதிகரித்திருந்தது.

அந்தக் கடுங்குளிர் அம் மக்களை நோயாளிகளாக்கியது. தெருவில் வசித்து வந்த அப்பாவி மக்களைக் கொன்றொழித்தது. மருத்துவமனைகள் நோயாளிகளால் நிரம்பி வழிந்தன.

தெருவில் வசித்து வந்த யாசகர்கள் அவ்விடத்திலேயே செத்துப் போனதும் குளிர் அவர்களை பனியினால் சிலைகளாக்கின. எவருமே அவர்களுக்கு உதவ முன் வரவில்லை. காரணம், அநேகமான மக்கள் குளிருக்குப் பயந்து வீடுகளுக்குள்ளேயே முடங்கியிருந்தார்கள்.

எனினும், பஸாஸ் அர்த்தெம் அந்தக் கடுங்குளிர் காலத்திலும் கடையைத் திறந்து விட்டிருந்தார்.

‘முழு திப்லிஸ் நகரமும் பனியால் மூடப்பட்டாலும் கூட என்னோட கடையை நான் மூட மாட்டேன்’ என்று அவர் மிகவும் பெருமிதமாகக் கூறினார்.

அர்த்தெம் கடையினுள்ளே கணப்பு அடுப்பைப் பற்ற வைத்துக் கொண்டு ஆட்கள் கடைக்கு வரும்வரைக்கும் பார்த்துக் கொண்டிருந்தார். சிறுவன் கிகோருக்கு அந்தக் கடுங்குளிரிலும் தெருவில் நின்று கொண்டு ஆட்களைக் கூப்பிட நேர்ந்தது. அவ்வாறு செய்யுமாறு அர்த்தெம்தான் அவனுக்குக் கட்டளையிட்டிருந்தார்.

'நீ வேலை செய்தால்தான் உனக்கு சாப்பாடு கிடைக்கும்' என்று அர்த்தெம் கூறியிருந்தார்.

குளிர் காலத்தில் பசி என்பது தாங்கிக் கொள்ள மிகவும் கடுமையான ஒன்று. ஆகவே பசியிலிருக்க நேரும் என்ற பயத்தில் கிகோர் பெரியதொரு ஆடையை உடம்போடு இறுக்கிப் பிடித்தவாறு தெருவில் நின்று கொண்டு கத்தத் தொடங்கினான்.

'வாங்க, இங்க வாங்க. நம்ம கடை இன்னிக்கும் திறந்திருக்கு... வாங்க'

அவன் தெருவில் செல்லும் அனைவரையும் அழைத்துக் கொண்டிருந்தான்.

இதை வாசித்துக் கொண்டிருக்கும் நீங்கள் சிலவேளை அறியாதிருக்கக் கூடும்.

இவ்வாறான கடுங்குளிரோடு வரும் காற்று மிகவும் கருணையற்றது. குறிப்பாக, இருக்க ஒழுங்கான இருப்பிடமற்ற, உடுக்க ஒழுங்கான ஆடையற்ற சிறு பிள்ளைகளை இது மிக விரைவாக பற்றிக் கொள்ளும். பற்றிக் கொண்டு நோயாளிகளாக ஆக்கும்.

ஒரு நாள், அவ்வாறான கடுங்குளிரோடு காற்றும் அடித்துக் கொண்டிருந்த அந் நாளில் கிகோர் தெருவில் நின்று கொண்டு ஆட்களைக் கூப்பிட்டுக் கொண்டிருந்தான். கருணையற்ற பனிக் காற்று அக்கணமே சிறுவன் கிகோரைப் பிடித்துக் கொண்டது. அவனது உடலினுள்ளே ஆழமாக இறங்கியது.

கிகோர் நடுங்கினான். அவனது உடல் மிகவும் நடுங்கிக் கொண்டிருந்தது. அந்த நடுக்கத்தோடு கிகோர் நோய்வாய்ப்பட்டான்.

உடல் நலமில்லாத போதும் கிகோர் கடைக்கு வேலைக்கு வர வேண்டியிருந்தது. தெருவில் நின்று கொண்டு ஆட்களைக் கூப்பிட அவனுக்கு நேர்ந்தது. அதனால் அவனது வியாதி மேலும் அதிகரித்தது. ஒரு நாள் கடையின் முன்னால் நின்றுகொண்டு ஆட்களைக் கூப்பிட்டுக் கொண்டிருந்த போது அவன் மயக்கம் போட்டு விழுந்தான்.

பஸாஸ் அர்த்தெம்மின் எடுபிடியாக இருந்த பையன்கள் இருவரும் கிகோரை அர்த்தெம்மின் வீட்டுக்குத் தூக்கிச் சென்றார்கள்.

அன்றிலிருந்து கிகோர் நோய்ப் படுக்கையில் விழுந்தான்.

15

சுகவீனம் கிகோரை மிகவும் பலவீனமாக்கியது. அவனது விழிகளிரண்டும் சிவந்து போயின. கன்னங்கள் வீங்கியிருந்தன. உடல் நடுங்கியது. கிகோர் முனகியவாறே அர்த்தெம்மின் சமையலறையில் இருந்த கட்டிலில் படுத்திருந்தான். வயதான அந்த மூதாட்டியைத் தவிர வேறெவரும் கிகோரை ஏறெடுத்தும் பார்க்கவில்லை.

வயதான அந்த மூதாட்டி இடையிடையே வந்து கிகோரிடம் விசாரித்தாள்.

'உனக்கென்ன வேணும் பிள்ளையே?'

'தண்ணீர், பாட்டி... தண்ணீர்' என்று கிகோர் முணுமுணுத்தான்.

மூதாட்டி கிகோருக்கு தண்ணீர் அருந்தக் கொடுத்தாள். கிகோர் நடுங்கும் கரங்களால் தண்ணீர்க் கோப்பையை வாங்கிக் குடித்தான். எனினும் அவனது தாகம் குறையவேயில்லை.

'பாட்டி, இந்தத் தண்ணீருக்கு என்னோட தாகம் தீரல. எனக்கு என்னோட அம்மாக்கிட்ட போகணும்' என்று கிகோர் காய்ச்சலோடு முணுமுணுத்தான்.

கிகோரின் வியாதி போகப் போக அதிகரித்துக் கொண்டே போனது. அவன் கட்டிலில் சுருண்டு கொண்டு ஜன்னல் வழியே தொலைவில் தென்பட்டுக் கொண்டிருந்த நீல நிற ஆகாயத்தையே பார்த்துக் கொண்டிருந்தான். அவனுக்கு வீடு செல்லத் தேவைப்பட்டது. இவை அனைத்தையும் கை விட்டு விட்டு அவனது அம்மாவிடம் போக வேண்டியிருந்தது. யார் தடுத்தாலும் உடல் நலமடைந்ததுமே எப்படியாவது அம்மாவிடம் போய் விட வேண்டும் என்று அவன் தீர்மானித்துக் கொண்டான்.

'எனக்குக் குணமானதும் நான் என்னோட அம்மாக்கிட்டப் போயிடுவேன். என்னோட ஜெனீ, கெலோக்கிட்ட போயிடுவேன். நான் திரும்ப இந்த நகரத்துக்கு வர மாட்டேன் பாட்டி. ஒரு நாளும் திரும்பி வர மாட்டேன்' என்று கிகோர் பாட்டியிடம் கூறினான்.

16

பல நாட்கள் நோய்ப் படுக்கையில் இருந்த கிகோரை, பஸாஸ் அர்த்தெம் கூட்டிச் சென்று திப்லிஸ் மருத்துவமனையில் சேர்த்து விட்டார். அவ்வாறே அவனது பொறுப்பிலிருந்து விடுபட வேண்டும் என்று எண்ணிய அர்த்தெம், உடனடியாக வந்து கிகோரைப் பொறுப்பேற்குமாறு கூறி ஹம்போவுக்கு தகவல் அனுப்பினார்.

தகவல் கிடைத்ததுமே ஹம்போ, கிகோரைப் பார்க்க மருத்துவமனைக்கு வந்தார். மருத்துவமனையின் கட்டில் வரிசையில் ஒரு மூலையிலிருந்த கட்டிலின் மீது கிகோர் தனித்து விடப்பட்டிருந்தான். அவ்விடத்தில் வேறெவருமே இருக்கவில்லை.

ஹம்போ கிகோரைக் கண்டதுமே அவனருகே ஓடி வந்தார். கிகோர் மிகவும் பலவீனமடைந்து போய் நோய்ப் படுக்கையில் கிடப்பதைக் கண்ட ஹம்போ அழுதார்.

'உனக்கு என்ன ஆச்சு என்னோட செல்ல மகனே?' என்று அவர் கவலையோடு விசாரித்தார்.

காய்ச்சலின் தீவிரம் காரணமாக கிகோரின் சுய நினைவு அவனை விட்டு முற்றுமுழுதாக நீங்கிப் போயிருந்தது. அவனுக்கு அப்பா கூறிய எதுவும் கேட்கவேயில்லை.

அப்பாவின் உருவம் மாத்திரம் தெளிவற்றுத் தென்பட்டது. அவன் கட்டிலிலிருந்து எழுந்து கொள்ள முயற்சித்தான். எனினும் அவனது உடல் முற்றுமுழுதாக பலவீனமாகிப் போயிருந்தது.

'அப்பா' என்று கிகோர் முணுமுணுத்தான்.

'கிகோர், நான் உன் பக்கத்துலதான் இருக்கேன் செல்ல மகனே... நான் உன்னைத் திரும்பவும் வீட்டுக்குக் கூட்டிட்டுப் போகத்தான் வந்திருக்கேன் மகனே. நீ வரும் வரைக்கும் உன்னோட அம்மா காத்துட்டிருக்கா. ஜெனீ, கெலோ எல்லாரும் காத்துட்டிருக்காங்க. நாம ஊருக்கே போயிடலாம் மகனே. நாம திரும்ப ஊருக்குப் போவோம்.'

ஹம்போ இவ்வாறு கூறிய வேளையில் கிகோரின் கண்களிலிருந்து கண்ணீர் வழிந்தோடியது. அவனது வதனத்தில் அழகான புன்னகையொன்று உதித்தது.

'அம்மா, ஜெனீ, கெலோ... அப்பா' என்று கிகோர் மிகுந்த மகிழ்ச்சியோடு முணுமுணுத்தான்.

நிறைவு

இரண்டு நாட்களின் பின்னர் ஹம்போ மீண்டும் ஊருக்குத் போய்க் கொண்டிருந்தார். அவர் திப்லிஸ் நகரத்தின் பொது மயான பூமியிலேயே கிகோரை அடக்கம் செய்திருந்தார். ஊருக்குப் போய்க் கொண்டிருந்த ஹம்போவின் கையில் ஒரு மூட்டை இருந்தது. அதில் கிகோர் அணிந்திருந்த ஆடையிருந்தது. அவனது அம்மா இதை அரவணைத்துக் கொண்டு அழக் கூடும்.

கிகோரின் களிசான் பையில் அவன் வைத்திருந்த கைக்குட்டை அவருக்குக் கிடைத்தது. அந்தக் கைக்குட்டைக்குள் வண்ண வண்ண பொத்தான்கள், வெள்ளிக் கடதாசிகள், அழகான ரிப்பன் துண்டுகள் இருந்தன. கிகோர் ஜெனீக்குக் கொடுக்கவென சேகரித்திருந்தவை அவை.

ஹம்போ ஊருக்குத் திரும்பிப் போகும்போது அனைத்துமே அவருக்கு திரும்பவும் நினைவுக்கு வந்தன. அந்தப் பாதை நெடுகிலும் கிகோரை திப்லிஸ் நகரத்துக்கு அழைத்து வந்த நாட்கள் நினைவுக்கு வந்தன. அவனைக் கூட்டிப் போய் நெடுங்காலம் ஆகியிருக்கவில்லை. இந்த இடத்தில்தான் அவன் 'அப்பா என்னோட கால் வலிக்குது' என்றான். இந்த மர நிழலில்தான் அவர்கள் சற்று நேரம்

ஓய்வெடுத்தார்கள். இதோ இந்த இடத்தில்தான் 'அப்பா எனக்குத் தாகமாக இருக்கு' என்றான். இதோ அவர்கள் நீரருந்திய ஊற்று இப்போதும் இருக்கிறது. அந்தந்த இடங்களில் அனைத்தும் இப்போதும் இருக்கின்றன. அவன் மாத்திரம் இல்லை.

அவர் மலையுச்சியை அடைந்ததும் மீண்டும் ஊரைப் பார்த்துக் கொண்டு கிகோர் கூச்சலிட்டது நினைவுக்கு வந்தது.

கிகோரின் ஞாபகங்களால் ஹம்போவின் இதயம் கவலையால் கனத்திருந்தது. அவர் வானத்தைப் பார்த்தார்.

'இப்ப நீ எங்கேயாவது இருந்து கொண்டு எங்களைப் பார்த்துக் கொண்டிருப்பாய் கிகோர்' என்று மெதுவாக முணுமுணுத்தார்.

ஹம்போ ஊர் எல்லையை நெருங்கிய வேளையில் வீட்டார் அனைவருமே ஊர் எல்லையில் காத்திருப்பதைக் கண்டார். அவரது மனைவி, மிகீச், மொஸீ, ஜெனீ, இவர்களுடன் கெலோவும் அம்மாவின் கையில் இருந்தது. அந்தக் குழந்தை ஹம்போவைத் தொலைவில் கண்ட போதே கூச்சலிடத் தொடங்கியிருந்தது.

'கிகோல், நீ எங்கிருக்கே கிகோல்...?!'

முற்றும்